AF766059

വിരുതൻ ശങ്കരൻ

Viruthan Sankaran

P Chinmayan Nair

CHINTHA PUBLISHERS
Thiruvananthapuram

First Edition
November 2021

Published
Chintha Publishers, Thiruvananthapuram

Typesetting
Star communications, Thiruvananthapuram

Printed at
Print Express, Kochi

Cover Design & Illistration
Subin Abraham

ISBN : 978-93-90301-87-4

CO - 3034 / 5612

Email: chinthapublishers@gmail.com
Website: www.chinthapublishers.com

Distribution
DESHABHIMANI BOOKHOUSE
H O Thiruvananthapuram 695035

Branch
Head OÅice Kunnukuzhi • Statue Thiruvananthapuram
KSRTC Bus Station Thiruvananthapuram
KSRTC Bus Station Alappuzha • KSRTC Bus Station Ernakulam
Machingal Lane Thrissur • IG Road Kozhikode
Mavoor Road Kozhikode • NGO Union Building Kannur
Central Bus Terminal Complex Thavakkara Kannur

വിരുതൻ ശങ്കരൻ

(ബാലസാഹിത്യം)

പി ചിന്മയൻ നായർ

ചിന്ത പബ്ലിഷേഴ്സ്
തിരുവനന്തപുരം-695 035

പി ചിന്മയൻ നായർ

1947 ൽ തിരുവനന്തപുരം താലൂക്കിലെ ചെറുപാലോട് ഗ്രാമത്തിൽ ജനിച്ചു. അച്ഛൻ: വിളപ്പിൽ എം പദ്മനാഭപിള്ള, അമ്മ: കമലാക്ഷി യമ്മ.

വട്ടിയൂർക്കാവ് പ്രൈമറി സ്കൂൾ, പേരൂർക്കട മിഡിൽ സ്കൂൾ, ശാസ്തമംഗലം രാജാ കേശവദാസ് ഹൈസ്കൂൾ, മഹാത്മാഗാന്ധി കോളേജ് എന്നിവിടങ്ങളിൽ വിദ്യാഭ്യാസം.

നിരവധി കുട്ടിക്കഥകളും കവിതകളും ചെറുകഥകളും രചിച്ചിട്ടുണ്ട്. സാക്ഷരതാ പ്രസ്ഥാനത്തിന്റെ പ്രാരംഭകാലത്ത് അന്നത്തെ വട്ടി യൂർക്കാവ് പഞ്ചായത്തുതല പ്രവർത്തനങ്ങളിൽ മുഖ്യ പങ്ക് വഹിച്ചു. തിരുവനന്തപുരം കവിതാ സദസ്സിൽ അംഗം. *കളിവീണ* ബാലമാസികയുടെ എഡിറ്റർ ഇൻ ചാർജ് ആയും കുറച്ചുകാലം പ്രവർത്തിച്ചു.

ചെണ്ടക്കാരൻ കുഞ്ചു എന്ന ആദ്യ കഥാസമാഹാരത്തിന് കഥ/ നോവൽ വിഭാഗത്തിൽ 1997 ലെ സംസ്ഥാന ബാലസാഹിത്യ പുര സ്കാരം ലഭിച്ചു. കൂടാതെ തിരുവനന്തപുരം ലളിതകലാവേദി ഏർപ്പെടുത്തിയ 2000 ത്തിലെ കഥകൾക്കുള്ള ബാലസാഹിത്യ അവാർഡും കേരള ചരിത്രഗവേഷണ കൗൺസിലിന്റെ 2007 ലെ ഒരു പുരസ്കാരവും ലഭിച്ചിട്ടുണ്ട്.

നല്ല ചങ്ങാതി (കഥകൾ- ബാലസാഹിത്യം), ശംഖുപുള്ളിയുള്ള പൂച്ച (കുട്ടികളുടെ നോവൽ), *മണികെട്ടിയ കുറുക്കൻ* (കഥകൾ - ബാലസാഹിത്യം), *ഉത്സവം* (കവിതകൾ - ബാലസാഹിത്യം) *ഒറ്റക്കണ്ണൻ സായ്പിന്റെ ശിക്കാറും സ്വാതന്ത്ര്യസമരവും* (ചെറു കഥകൾ), *ആയിരത്തൊന്ന് രാത്രികൾ* (പുനരാഖ്യാനം), *ഷെർല ക്ഹോംസ്* (സമ്പൂർണ്ണ പുനരാഖ്യാനം), *ഭാരതത്തിലെ മഹർഷി മാർ, വടക്കൻ പാട്ടിലെയും തെക്കൻ പാട്ടിലെയും കഥകൾ, പറ യിപെറ്റ പന്തിരുകുലം, ഡ്രാക്കുള (പുനരാഖ്യാനം), കാളിദാസ കാവ്യകഥകൾ, കഥാസരിത് സാഗരം* (പുനരാഖ്യാനം), *ടോൾസ്റ്റോയ് കഥകൾ* (പുനരാഖ്യാനം), *ചിലപ്പതികാരം* (കഥാ വ്യാഖ്യാനം) എന്നിവ കൂടാതെ *കഥ പറയുന്ന നിഘണ്ടു*, വ്യാസൻ പറഞ്ഞ കഥകൾ എന്നീ ബൃഹദ് ഗ്രന്ഥങ്ങളുടെ രചനയിൽ പ്രധാന പങ്കുവഹിച്ചു.

ഭാര്യ	:	മഹേശ്വരിയമ്മ
മക്കൾ	:	പ്രശോഭ്, പ്രശാന്ത്
വിലാസം	:	'ഇടം', മണികണ്ഠേശ്വരം പി ഒ തിരുവനന്തപുരം - 13
മൊബൈൽ	:	9349809848

ഉള്ളടക്കം

പ്രസാധകക്കുറിപ്പ്

അറിവിന്റെ പുതിയ ലോകങ്ങൾ ഏറെ രസകരമായ കഥകളിലൂടെ പകർന്നുനല്കുന്ന രീതിയാണ് ബാലസാഹിത്യ ശാഖയ്ക്കുള്ളത്. ഒരേ സമയം സാദ്ധ്യതകളും പരിമിതികളുമുള്ള ഈ രീതിയെ കൈകാര്യംചെയ്തു വിജയിച്ച എഴുത്തുകാരനാണ് പി ചിന്മയൻ നായർ. "ഇലഞ്ഞി" മുതൽ "കേശുണ്ണി സാറിന്റെ പുസ്പം'' വരെയുള്ള ഇരുപത്തിയെട്ട് കഥകളിലൂടെ കഥാനുഭവത്തിന്റെ പുതിയ ലോകത്തേക്ക് കൂട്ടിക്കൊണ്ടു പോകുന്ന കഥാസമാഹാരമാണ് *വിരുതൻ ശങ്കരൻ.*

ചിന്ത പബ്ലിഷേഴ്സ്

ഇലഞ്ഞി

കൊച്ചരിപ്പാടത്തേക്ക് പറക്കുകയായിരുന്നു കൊച്ചുകുട്ടത്തി പ്രാവ്. വലിയ കാടിനു കുറുകെ പൊക്കത്തിൽ പറക്കുകയായിരുന്ന കുട്ടത്തി പെട്ടെന്ന് ക്ഷീണിച്ചു.

ക്ഷീണം തീർക്കാൻ കുട്ടത്തി വലിയൊരു ഇലഞ്ഞി മരത്തിലേക്കു താണിറങ്ങി അതിന്റെ മേൽക്കൊമ്പിൽ ഇരുന്നു. ഇരുന്നപാടെ അതൊന്നു മയങ്ങി. വേട്ടയാടാൻ അതു വഴി വന്ന വേടന്റെ കണ്ണിൽ കുട്ടത്തി പെട്ടു. അയാൾ അമ്പു തൊടുത്ത് ഉന്നം പിടിച്ച് ചുവടുറപ്പിച്ചു.

തന്റെ മേൽക്കൊമ്പിലേക്ക് അമ്പു ചൂണ്ടി നില്ക്കുന്ന വേടനെക്കണ്ട് ഇലഞ്ഞിമരം മുകളിലേക്കു നോക്കി. തളർന്നു മയങ്ങുന്ന പക്ഷിയെ മരം കണ്ടത് അപ്പോൾ മാത്രം. തന്നിൽ അഭയം തേടിയ ആ സാധു പക്ഷിയെ എങ്ങനെയും രക്ഷിക്കുമെന്ന് മരം തീരുമാനിച്ചു.

വേടൻ ഉന്നം ശരിയാക്കുകയാണ്. ഇലഞ്ഞിമരം ഉറക്കെ വിളിച്ചു.

"ഹേ... വേടാ."

വേടൻ അതു ശ്രദ്ധിച്ചുകൊണ്ട് ഒന്നു തിരിഞ്ഞു. മരം പറഞ്ഞു:

"ആ സാധു പക്ഷിയെ വെറുതെ വിട്. നീ മറ്റൊരിര തേടു

ക. മാത്രമല്ല, ഈ ചെറു പ്രാവിനെക്കൊണ്ടുമാത്രം നിന്റെ വിശപ്പു മാറുകയുമില്ല."

വേടൻ മരത്തിനെ തറപ്പിച്ചൊന്നുനോക്കി. എന്നിട്ട് പുച്ഛത്തോടെ പറഞ്ഞു;

"എടാ, മരത്തടിയാ, വേട്ടയാടി ജീവിക്കുന്ന വേടനുണ്ടോ പാവം പ്രാവും പരുന്തും എന്നു ഭേദം?" അവൻ ഞാൺ വലിച്ചു തുടങ്ങി.

ഒരു നിമിഷം!

മരം ശക്തിയായി ഒന്നു കുലുങ്ങി. അതിന്റെ ഉണങ്ങി നിന്ന കനമുള്ള ഒരു അടിക്കൊമ്പ് താഴേക്കടർന്നു. അതു വേടന്റെ കൈയിൽ ഊക്കോടെ പതിച്ചു! അമ്പും വില്ലും ദൂരെത്തെറിച്ചു! മരത്തിന്റെ ശക്തിയായ ഉലച്ചിലിൽ ഞെട്ടിയുണർന്ന പ്രാവ് താഴേക്കു നോക്കി. അപകടം ബോദ്ധ്യപ്പെട്ട പ്രാവ് വേഗത്തിൽ പറന്നുയർന്നു. ഇലഞ്ഞിമരത്തിന്റെ അവസരോചിതമായ ബുദ്ധിയാണ് തന്നെ രക്ഷിച്ചതെന്ന് പ്രാവിനു ബോദ്ധ്യമായി.

കൈ വേദനിച്ച വേടൻ മരത്തിനോടു കയർത്തു. മരം ചിരിച്ചുകൊണ്ടു പറഞ്ഞു:

"ഉണങ്ങി വീഴുന്ന മരക്കൊമ്പിനുണ്ടോ താഴെ വേടനെന്നും പാറയെന്നും ഭേദം!"

പ്രാവ് ഈ സംഭവം മറ്റു പക്ഷികളോടു പറഞ്ഞു. കുട്ടത്തിപ്രാവും മറ്റു പക്ഷികളും ഒരുമിച്ച് വന്ന് ഇലഞ്ഞിമരത്തിനോടു നന്ദി പറഞ്ഞു. എന്തു പ്രത്യുപകാരം ചെയ്യണമെന്ന് കുട്ടത്തിപ്രാവു ചോദിച്ചു. മരം പറഞ്ഞു:

"ഈ കാട്ടിൽ ഇലഞ്ഞിമരമായി ഞാനൊരാളേ ഉള്ളൂ എന്റെ വംശം നിലനില്ക്കണമെന്നാഗ്രഹമുണ്ട്. നിങ്ങൾ എന്റെ കായ്കൾ കൊത്തിയെടുത്ത് നാട്ടിലെല്ലായിടത്തും കൊണ്ടുചെന്നിടണം."

പക്ഷികൾ ഇലഞ്ഞിക്കായ്കൾ കൊത്തിയെടുത്ത് കൂട്ടത്തോടെ പറന്നു. നാട്ടിലെ കാവുകളിൽ ഇലഞ്ഞിമരങ്ങൾ പുഷ്ടിയോടെ വളർന്നു.

ഒറ്റവിദ്യ

ഇരതേടി കാട്ടിലെത്തിയ കുറുമ്പൻ പൂച്ച വീട്ടിലേക്കു മടങ്ങുന്ന വഴി വരയൻ കടുവയുടെ താവളത്തിനടുത്തെത്തി. വരയന്റെ കണ്ണിൽപ്പെട്ടാൽ കുറുമ്പന്റെ കഥ കഴിഞ്ഞതുതന്നെ! അതിനാൽ അവൻ പാത്തും പതുങ്ങിയും ഒരുവലിയ മരച്ചുവട്ടിൽ നിന്നു. അപ്പോഴാണ് ചീരൻ കുറുക്കൻ അതുവഴി വന്നത്.

കുറുമ്പൻ പൂച്ചയുടെ ഭയവും പതുങ്ങലും കണ്ടപ്പോൾ ചീരനു ചിരി അടക്കാൻ കഴിഞ്ഞില്ല. ചിരി കേട്ടു ഭയന്ന് തിരിഞ്ഞുനോക്കിയ കുറുമ്പൻ ചോദിച്ചു.

"ഓ... ചേട്ടനായിരുന്നോ? ഞാൻ ഭയന്നുപോയല്ലോ, ചേട്ടനെന്താ ചിരി സഹിക്കുന്നില്ല? എന്നെ കളിയാക്കുകയാണോ?"

"നിന്റെ ഈ പേടിയും പമ്മിയുള്ള നോട്ടവും കണ്ടാൽ ആർക്കാണ് ചിരി വരാത്തത്." കീരൻ വീണ്ടും ഉറക്കെ ചിരിച്ചു.

"ചേട്ടൻ ഉറക്കെ ചിരിച്ചു ശബ്ദമുണ്ടാക്കിയാൽ ആ വരയൻ കടുവ ഉണർന്നിങ്ങോട്ടുവരും. പിന്നെ നമ്മുടെ രണ്ടുപേരുടെയും കഥ കഴിഞ്ഞതുതതന്നെ." കറുമ്പൻ മുന്നറിയിപ്പു നല്കി.

എന്നാൽ കറുമ്പൻ പൂച്ചയുടെ വർത്തമാനം ചീരനു തീരെ രസിച്ചില്ല. അവൻ മീശമുറുക്കി പറഞ്ഞു.

"എടാ മണ്ടൻ മാർജ്ജാരാ, നിന്നെപ്പോലെ പേടിത്തൊണ്ട

നൊന്നുമല്ല ഞാൻ. എനിക്ക് എവിടെയും രക്ഷപ്പെടാനുള്ള ഒരായിരം ഉപായങ്ങളറിയാം. നിനക്കു വല്ല ബുദ്ധിയുമുണ്ടോ?"

തന്നെ തീരെ വിഡ്ഢിയാക്കിയുള്ള കുറുക്കച്ചാരുടെ വർത്തമാനം കുറുമ്പനും പിടിച്ചില്ല. അവൻ പറഞ്ഞു.

"ചേട്ടൻ വലിയ ബുദ്ധിമാനും പല വിദ്യകൾ പ്രയോഗിക്കാനറിയുന്നവനുമാണെന്ന് ഞാനും കേട്ടിട്ടുണ്ട്. എങ്കിലും പറയുകയാണ് ആവശ്യത്തിനുതകുന്ന ഒരു വിദ്യ ഞാനും വശമാക്കിയിട്ടുണ്ട്. സൂക്ഷിച്ചാൽ ദുഃഖിക്കേണ്ട എന്നല്ലേ പ്രമാണം. അതുകൊണ്ട് പറഞ്ഞെന്നേ ഉള്ളൂ."

ഈ സംഭാഷണത്തിനിടയിൽ വരയൻ കടുവ ഉണർന്നു പമ്മിപ്പമ്മി അവിടേക്കു വന്നത് ചീരൻ കുറുക്കൻ ശ്രദ്ധിച്ചില്ല. കടുവ ഇരുവരുടെയും പിന്നിലെത്താറായിക്കഴിഞ്ഞിരുന്നു. കുറുമ്പൻ പൂച്ച ഇതു കണ്ടു. അവൻ ഉറക്കെ വിളിച്ചു പറഞ്ഞു.

"ചീരൻ ചേട്ടാ, അതാ വരയൻ കടുവ എത്തിക്കഴിഞ്ഞു എനിക്ക് ഒരു വിദ്യയേ അറിയൂ. ഞാൻ അതു പ്രയോഗിച്ചു രക്ഷപ്പെട്ടോളാം. ചേട്ടനു വിദ്യ പലതാണല്ലോ." ഇതു പറഞ്ഞ് കുറുമ്പൻ ഒറ്റച്ചാട്ടം, അടുത്തു നിന്നിരുന്ന മരത്തിലേക്ക്! ഞൊടിയിടകൊണ്ട് അവൻ മരത്തിന്റെ തുഞ്ചത്തെത്തി!

തന്റെ തൊട്ടു പിന്നിലെത്താറായ കടുവയെക്കണ്ട് ചീരൻ ഞെട്ടി വിറച്ചു. പെട്ടെന്ന് ഒരു ഉപായയും അവനു തോന്നിയില്ല. 'അതുവേണോ ഇതു വേണോ' എന്നറിയാതെ കുഴങ്ങുന്നതിനിടയിൽ കടുവ അവന്റെ കഴുത്തിൽ പിടുത്തമിട്ടു.

ഇതിനകം അവിടെനിന്ന് അടുത്ത മരത്തിലെത്തിയ പൂച്ച ഉറക്കെ പറഞ്ഞു:

"ആയിരം വിദ്യകളറിയുന്നതിനേക്കാൾ, ആപത്തിൽ തോന്നുന്ന ഒറ്റവിദ്യ അറിയുന്നതാണ് നല്ലതെന്ന് ഇനിയെങ്കിലും ഓർക്കണേ!"

കുറുമ്പൻ പൂച്ച അവിടെനിന്നു താഴെയിറങ്ങി വീട്ടിലേക്കു നടക്കുമ്പോൾ കാട്ടിനുള്ളിൽ ചീരന്റെ ഉറക്കെയുള്ള കരച്ചിൽ കേട്ടു.

കണക്കുകൂട്ടൽ

പേങ്ങനാട്ടുഗ്രാമത്തിൽ ഉറ്റ ചങ്ങാതിമാരായ നാലു കച്ചവടക്കാരുണ്ടായിരുന്നു. ഗ്രാമത്തിലെ പുഴ കടന്നാണ് ഇവർ ദിവസവും കച്ചവടത്തിനുപോയിരുന്നത്. പുഴ കടക്കാൻ പാലമില്ലാതിരുന്നതിനാൽ, പുഴയിലിറങ്ങി നടന്നു മാത്രമേ അക്കരെയെത്താൻ കഴിയുമായിരുന്നുള്ളൂ. പുഴയിൽ മിക്കവാറും വെള്ളം നന്നേ കുറവായിരിക്കും. അതിനാൽ ഒരു പ്രയാസവും കൂടാതെ അവർ ഒരുമിച്ച് പുഴയിലിറങ്ങി, മറുകരയെത്തിയിരുന്നു.

ദിവസവും കിട്ടിയിരുന്ന ലാഭം ഇവർ കണക്കുകൂട്ടി തുല്യമായി വീതിച്ചിരുന്നു. നഷ്ടമായാലും വീതം തുല്യം തന്നെ. പങ്കു കച്ചവടമല്ലേ, അങ്ങനെ വേണം.

ഒരു ദിവസം പതിവുപോലെ ഇവർ നാലുപേരും പുഴക്കരയിലെത്തി. അന്ന് പുഴയിൽ പതിവിലും കൂടുതൽ വെള്ളം കണ്ടു. അവർ നാലുപേരും യോജിച്ച് കണക്കു കൂട്ടി– രണ്ടാൾ പൊക്കത്തോളം വെള്ളം കാണും. എന്നിട്ട് ആകെയുള്ളതിനെ നാലായിട്ടങ്ങു വീതിച്ചു. ഓരോരുത്തർക്കും അരയോളം വെള്ളം കൃത്യം! ഉടുവസ്ത്രം ഒന്ന് ഉയർത്തിക്കെട്ടുകയേ വേണ്ടൂ, അക്കരെയെത്താൻ.

പിന്നെ വൈകിയില്ല, നാലു പേരും റെഡി. അവർ ഒരുമിച്ചു നദിയിലിറങ്ങി നടന്നു. കണക്കു തെറ്റിയെന്നു ബോദ്ധ്യം വന്നത്

കഴുത്തോളം വെള്ളത്തിലായപ്പോൾ മാത്രം. കാലു തെറ്റിയപ്പോഴാണ് നീന്താനറിയാത്ത കാര്യം നാലുപേരും ഓർത്തത്! അവർ പൊങ്ങിയും താണും ഒഴുകി. കരയിൽ നിന്നിരുന്ന ഗ്രാമവാസികൾ പരസ്പരം പറഞ്ഞു.

"ഇവർ ലാഭമില്ലാത്തതൊന്നും ചെയ്തിട്ടേയില്ല. ഇവർ നാലുപേർ തമ്മിലല്ലാതെ മറ്റാരോടും ഒന്നും ഉരിയാടി ആരും കേട്ടിട്ടുമില്ല. ഇതിലും എന്തോ കാര്യമായ ലാഭം കണ്ടായിരിക്കും പോക്ക്. മുങ്ങിച്ചത്താലും മൂഴക്കു കുടിക്കണമെന്നല്ലേ ഇവരുടെ പ്രമാണം!"

കള്ളൻ കുരുങ്ങി

പങ്കൻ പണ്ടേ പേരു കേട്ട കൃഷിക്കാരനാണ്. വാഴയാണ് പങ്കന്റെ മുഖ്യ കൃഷി. പങ്കന്റെ പറമ്പിൽ ഇല്ലാത്ത വാഴകളില്ല. 'വാഴകളുടെ പേരൊന്നു പറയാമോ പങ്കാ' എന്നു ചോദിക്കാത്ത താമസം പങ്കൻ വാചാലനാകും. പിന്നെ ഒരു പാട്ടാണ്.

"വാഴയിനങ്ങളിതെത്ര ചൊല്ലാം;'
പൂവൻ പടറ്റി മധുരയണ്ണാൻ,
കദളി നേന്ത്രൻ പിന്നെ പച്ചവട്ടൻ
കപ്പയും മൊന്തനും പേമൊന്തനും
പാളയങ്കോടൻ പെരുമ്പടലി
കൂമ്പില്ലയണ്ണാൻ കരിങ്കദളി..."

വായിലെ വെള്ളമിറക്കി, പങ്കൻ ഇങ്ങനെ പറഞ്ഞു നിർത്തും.

"വാഴപ്പഴം തിന്നാനേഴുസ്വാദ്"

പങ്കന്റെ രണ്ടാൺമക്കളും ഇളയമകളും പള്ളിക്കൂടം വിട്ടാൽ പങ്കനോടൊപ്പം കൂടും. വാഴയ്ക്കു നനയ്ക്കലും കള പറിക്കലുമൊക്കെ അവർ ഒരുമിച്ചുചെയ്യും.

'പങ്കൻ രാവിലെ ഉണരുന്നത് വാഴത്തോപ്പിലാണ്.' ആളുകൾ തമാശയായി പറയാറുണ്ട്. വാഴകളെ പങ്കന് അത്രയ്ക്കു ജീവനാണ്, തന്റെ മക്കളെപ്പോലെ.

ഒരു ദിവസം രാവിലെ അഞ്ചു പടറ്റിക്കുലകൾ പൊതിഞ്ഞു കെട്ടുന്നതിനിടയിൽ, പങ്കൻ മക്കളോട് പറഞ്ഞു:

“ഈ അഞ്ചു കുലകൾ വിറ്റാൽ ഉണ്ണിക്കൊരു പുതിയ നിക്കർ, രാമുവിനൊരുടുപ്പ്, രമണിക്കു സിൽക്കു പാവാട.”

“പിന്നെ അച്ഛനുമമ്മയ്ക്കുമോ?” മൂന്നു മക്കളും ഒരുമിച്ചാണ് അതു ചോദിച്ചത്.

“അതിന് വാഴവേറെ കുലയ്ക്കും.” പങ്കന്റെ ചിരിയിൽ മക്കളും പങ്കുചേർന്നു.

പങ്കന്റെ ഭാര്യ തങ്കിയമ്മയ്ക്ക് അടുക്കളപ്പണി മാത്രമല്ല ജോലി. വീട്ടിൽ നാലഞ്ചാടുകളും രണ്ടു പശുക്കളുമുണ്ട്. അവയുടെ സംരക്ഷണവും വളം സംഭരിച്ച് വാഴത്തോട്ടത്തിലെത്തിക്കലുമൊക്കെ തങ്കിയമ്മയുടെ ചുമതലയാണ്.

പഴുത്ത വാഴയിലകളും കളകളും സംഭരിച്ച് ആടുമാടുകൾക്ക് കൊടുക്കുന്ന ജോലി മൂത്തമകൻ ഉണ്ണിക്കാണ്. രാമുവും അനുജത്തി രമയും അവരെ സഹായിക്കും.

ഈ ‘കൂട്ടുകൃഷി’യുടെ മധുരഫലങ്ങൾ കുടുംബത്തിൽ സന്തോഷവും സംതൃപ്തിയും വളർത്തി; ഒപ്പം അയൽക്കാരന്റെ അസൂയയും!

ഒരു ദിവസം വെളുപ്പിന്, പങ്കൻ പറമ്പിൽ ചുറ്റി നടക്കുകയായിരുന്നു. പെട്ടെന്ന് അയാൾ നെഞ്ചത്തു കൈവച്ച് വായ് പിളർന്നു മുകളിലേക്ക് നോക്കി അങ്ങനെ നിന്നു! പൊതിഞ്ഞു നിർത്തിയിരുന്ന മുഴുത്ത പടറ്റിക്കുലകൾ അഞ്ചും ആരോ മുറിച്ചെടുത്തിരിക്കുന്നു! പങ്കന് ഉറക്കെ കരയണമെന്നു തോന്നി. പങ്കൻ അവിടെ തളർന്നിരുന്നു പോയി. ‘ഉണ്ണിക്കൊരു പുതിയ നിക്കർ... രാമുവിനൊരുടുപ്പ്... രമണിക്ക് സിൽക്ക് പാവാട..’ പങ്കൻ കരയുകയും പറയുകയും ചെയ്തുകൊണ്ട് എണീറ്റു നടന്നു. തങ്ങളോടിതു ചെയ്ത ദുഷ്ടനെ തങ്കിയമ്മയും മക്കളും മനം നൊന്തു ശപിച്ചു. നാലഞ്ചു നാൾ കഴിഞ്ഞു. മോഷണം പോയ കുലകൾ പഴക്കുലകളായി പങ്കന്റെ അയൽക്കാരനായ പരമുവിന്റെ പഴക്കടയിൽ പ്രത്യക്ഷപ്പെട്ടു! തൂക്കിയിട്ടിരിക്കുന്ന അഞ്ചു കുലകളും തന്റെ കുലകളാണെന്ന് പങ്കനു ബോദ്ധ്യപ്പെട്ടു. പര

മുവിനോടു നേരിട്ടു ചോദിക്കുന്നതു പന്തിയല്ലെന്ന് പങ്കനു തോന്നി.

പങ്കൻ പൊലീസ് സ്റ്റേഷനിലെത്തി ഇൻസ്പെക്ടർക്കു പരാതി നല്കി. ഒരു ഹെഡ്കോൺസ്റ്റബിൾ പങ്കനോടൊപ്പം അന്വേഷണത്തിനു ചെന്നു.

ഹെഡ് കോൺസ്റ്റബിൾ പരമുവിനെ പല വിധത്തിൽ ചോദ്യം ചെയ്തു. പരമുവിന് ഒരേ ഒരുത്തരം. “യജമാനനേ, കുല കളഞ്ചും ഞാൻ ചന്തയിൽനിന്നു വാങ്ങിയതാണേ... സത്യം!”

പരമുവിനു കുലുക്കമില്ല, ഹെഡ് കോൺസ്റ്റബിൾ വിയർത്തു. ഒടുവിൽ അയാൾ പങ്കനോടൊരു ചോദ്യം:

“ഈ കുലകൾ തന്റേതാണെന്നതിനു തെളിവ്?”

പങ്കൻ കീഴ്മേൽ നോക്കി വായ് പിളർന്നു! ആ കേസ് അവിടെ തീർന്നു!

പങ്കന് പരമുവിനോട് വല്ലാത്ത ദേഷ്യവും വെറുപ്പും തോന്നി. തന്റെ അയൽക്കാരൻ തന്നോടിതു ചെയ്തല്ലോ എന്ന ദുഃഖം ഉള്ളിലൊതുക്കി പങ്കൻ വീട്ടിലെത്തി.

ദിവസങ്ങൾ പലതു കഴിഞ്ഞു. പങ്കൻ വിയർപ്പൊഴുക്കി അദ്ധ്വാനിച്ചു. വാഴക്കുലകൾ വീണ്ടും വിളഞ്ഞുപാകമായി.

ഒരു ദിവസം, മൂപ്പെത്തിയ അഞ്ചു മുഴുത്ത കുലകൾ മോഷ്ടിക്കപ്പെട്ടു! ദിവസങ്ങൾക്കകം പഴക്കുലകളായി അവ പരമുവിന്റെ പഴക്കടയിൽ തൂങ്ങി!

പങ്കൻ പരാതിയുമായി പൊലീസ് സ്റ്റേഷനിലേക്ക് ചെന്നു. പങ്കന്റെ മുഖത്ത് എന്തോ ഉറച്ച തീരുമാനത്തിന്റെ ഭാവം!

ഇത്തവണ രണ്ടു പൊലീസുകാർക്കൊപ്പം, പങ്കനെയും കൂട്ടി ഇൻസ്പെക്ടർ തന്നെ ജീപ്പിൽ കയറി പരമുവിന്റെ കടയ്ക്കു മുമ്പിലിറങ്ങി. ആളുകൾ ഓടിക്കൂടി. പങ്കൻ തന്റെ കുലകൾ മറ്റു കുലകൾക്കിടയിൽനിന്ന് വേർതിരിച്ച് ഇൻസ്പെക്ടറെ കാണിച്ചുകൊടുത്തു.

“പൊന്നു യജമാനനേ, എല്ലാ കുലകളും ഞാൻ ചന്തയിൽനിന്നു വാങ്ങിയതാണേ... ഈ ദ്രോഹി കള്ളം പറയുന്നതാണേ... സത്യം?”

ഇൻസ്പെക്ടർ പങ്കനോടു ചോദിച്ചു. "നിനക്കു പറയാനുള്ളതെന്താണ്, കേൾക്കട്ടെ."

"യജമാനനേ, ഇത്തവണ എന്റെ പക്കൽ വ്യക്തമായ തെളിവുണ്ട്. തെളിവില്ലാത്തതിനാലാണ്. കഴിഞ്ഞതവണ ഇവൻ രക്ഷപ്പെട്ടത്. ഞാൻ കാണിച്ചു തന്ന അഞ്ചു കുലകളുടെയും അവസാനത്തെ അഞ്ച് കായ്കൾ പരിശോധിച്ചാൽ അവയിൽ ഓരോന്നിനകത്തും ഓരോ സൂചി ഉള്ളതായി കാണാം."

"പഴത്തിനുള്ളിൽ സൂചിയോ!"

ഇൻസ്പെക്ടർ അത്ഭുതം കൂറി. അദ്ദേഹം ആ അഞ്ചു കുലകളിൽ നിന്നും അവസാനത്തെ അഞ്ചു കായ്കളിൽ ഒന്നു വീതം എടുത്തു. എല്ലാ കായ്കളിൽ നിന്നും പങ്കൻ സൂചി വലിച്ചെടുത്തു കാണിച്ചു. "യജമാനനേ കുലകൾ പാകമായപ്പോൾ ഞാൻ തന്നെയാണ് ഇങ്ങനെ ചെയ്തത്."

പരമുവിന്റെ മുഖത്തേക്ക് ഇൻസ്പെക്ടറുടെ രൂക്ഷമായ നോട്ടം. പരമുവിനു വിറയൽ. ആളുകൾ ആർത്തുചിരിച്ചു. ഒരുവൻ വിളിച്ചു പറഞ്ഞു:

"ഇവൻ വെറും പരമുവല്ല, സാക്ഷാൽ വെള്ളായണിപ്പരമു.."

ടപ്പ്... ടപ്പ്... ടപ്പ്

"അയ്യോ..!" ഇൻസ്പെക്ടർ, പരമുവിനു രണ്ടു മൂന്നു പിടകൊടുത്ത് ജീപ്പിനടുത്തേക്കൊരു തള്ള്! "കള്ളറാസ്കൽ!"

പങ്കന്റെ സൂചിയിൽ കുരുങ്ങിയ പെരുങ്കള്ളനെ കാണാൻ ആളുകൾ വന്നുകൊണ്ടേയിരുന്നു. പൊലീസുകാർ പരമുവിനെ ജീപ്പിൽ കയറ്റി. ഇൻസ്പെക്ടർ പങ്കന്റെ ബുദ്ധിയെ പ്രശംസിച്ചു. അദ്ദേഹം പറഞ്ഞു:

"നിന്റെ എല്ലാ നഷ്ടവും പലിശയും ഇവന്റെ പക്കൽനിന്ന് ഈടാക്കി ഉടനെ നിനക്കെത്തിക്കാം." കൂടി നിന്നവരെ നോക്കി ഇൻസ്പെക്ടർ പറഞ്ഞു:

"എല്ലാ പരമുമാർക്കും ഇതൊരു പാഠമായിരിക്കട്ടെ!"

ഗൗളിശാസ്ത്രം

കിട്ടുആശാൻ പുറത്തേക്കിറങ്ങാൻ ഒരുങ്ങുകയായിരുന്നു. അപ്പോഴാണ് വരാന്തയിലെ കഴുക്കോലിനിടയിലിരുന്ന് ഗൗളി ഉറക്കെ ചിലച്ചത്. ആശാൻ ഒന്നു പരിഭ്രമിച്ചു ശബ്ദം കേട്ട ദിശ യിലേക്ക് നോക്കി. പിന്നെ കൈവിരലുകളനക്കി കണക്കു കൂട്ടി യശേഷം ആശാൻ നിരാശയോടെ പറഞ്ഞു:

"യാത്രയ്ക്കു ശുഭമല്ലെന്നാണു ഫലം."

കിട്ടുആശാന് ഗൗളിശാസ്ത്രത്തിൽ അമിതവിശ്വാസമാണ്. ആശാൻ എന്തിനൊരുമ്പെടുമ്പോഴും ഏതെങ്കിലും ദിക്കിൽ ഗൗളി ശബ്ദിക്കുന്നതായി കേട്ടാൽ അതിന്റെ ഗുണദോഷ ഫല ങ്ങൾ ഗണിച്ചു തിട്ടപ്പെടുത്തിയിട്ടേ ആ പ്രവൃത്തി ചെയ്യൂ!

അന്നത്തെ യാത്ര മുടങ്ങിപ്പോയ മുറുമുറുപ്പോടെ ആശാൻ വേഷമൊക്കെ മാറ്റി വരാന്തയിൽ ഇരുപ്പുറപ്പിച്ചു. അപ്പോഴാണ് ആശാന്റെ ഭാര്യ പുറത്തേക്കു വന്ന് ആശാനോടു പറഞ്ഞത്.

"ഇന്നു കറി വയ്ക്കാൻ തേങ്ങ തീരെ ഇല്ല. മുറ്റത്തെ തെങ്ങിൽ കയറി രണ്ടു മൂന്നു തേങ്ങ പറിച്ചിട്ടു തരണം."

യാത്രയോ മുടങ്ങി. ഇതെങ്കിലും നടക്കട്ടെ എന്നു കരുതി കിട്ടു ആശാൻ വെട്ടുകത്തിയുമെടുത്ത് പുറത്തേക്കിറങ്ങി.

മുറ്റത്തെ നെട്ടത്തെങ്ങിൽ ആശാൻ പറ്റിപ്പിടിച്ചു കയറ്റം തുട

ങ്ങി. തെങ്ങിന്റെ പകുതിയോളമെത്തിയപ്പോൾ അടുത്ത മരത്തിലെവിടെയോയിരുന്നു ഒരു ഗൗളി ശബ്ദിച്ചു.

ആശാൻ ഒന്നു ഞെട്ടി, കയറ്റം നിർത്തി, തെങ്ങിൽ ഇറുകെ പിടിച്ചിരുന്ന് ഗണിച്ചു തുടങ്ങി. ഗണിച്ചു കഴിഞ്ഞപ്പോൾ മുഖത്തു വിഷാദം. മുകളിലേക്കുള്ള കയറ്റം ദോഷമത്രേ! ആശാൻ താഴോട്ടിറങ്ങിത്തുടങ്ങി. അതാ, തെങ്ങിന്റെ മുകളിലിരുന്ന് മറ്റൊരു ഗൗളി ഉറക്കെ ശബ്ദിക്കുന്നു!

ആശാൻ ഇറക്കം നിർത്തി. തെങ്ങിൽ ഇറുകെപ്പിടിച്ച് വീണ്ടും കണക്കുകൂട്ടി. ആശാന്റെ മുഖത്തു വീണ്ടും വിഷാദം. ഇറങ്ങിയാലും അപകടം, അതത്രേ ഫലം! ആശാൻ തെങ്ങിൽ ഒന്നുകൂടി മുറുകെ പിടിച്ചിരിപ്പായി. ആ ഇരിപ്പിൽ അല്പനേരം കഴിഞ്ഞപ്പോൾ കൈകാലുകൾ കുഴഞ്ഞു. പിന്നെ വൈകിയില്ല, പൊത്തനെ നിലത്തുപറ്റി.

തേങ്ങ കുലയോടെ വീണതാണെന്നു കരുതി ആശാന്റെ ഭാര്യ പുറത്തുവന്നു. അവശനായി കിടന്നിരുന്ന ഭർത്താവിനെക്കണ്ട് അവർ ഓടിച്ചെന്നു അയാളെ താങ്ങി എടുക്കവേ ഏതോ ദിക്കിലിരുന്ന് ഒരു ഗൗളി ചിലച്ചു. അവശനെങ്കിലും ആശാൻ മെല്ലെ വിരലുകളനക്കിത്തുടങ്ങി. അതു മനസ്സിലാക്കിയ ഭാര്യ പറഞ്ഞു:

“നിങ്ങൾ പാടുപെടണ്ട. ഇപ്പോൾ ഗൗളി ചിലച്ചതിന്റെ ശാസ്ത്രം എനിക്കറിയാം. കേട്ടോളൂ. എല്ലാം ഗണിച്ചാൽ പൊല്ലാപ്പ്!!”

തർക്കം

ഒരിക്കൽ ഒരു രാജ്യത്ത് അഹങ്കാരിയായ ഒരു പണ്ഡിതനുണ്ടായിരുന്നു. പേര് വാന്ദീനൻ. അയാളോട് തർക്കിച്ചു ജയിക്കാൻ ആർക്കും കഴിഞ്ഞിരുന്നില്ല.

ഒരു ദിവസം രാജസദസ്സിലെ പണ്ഡിതന്മാരെയൊക്കെ അയാൾ തോല്പിച്ചു മുട്ടുകുത്തിച്ചു. എന്നിട്ട് അഹങ്കാരത്തോടെ വാന്ദീനൻ അലറി:

“ഈ രാജ്യത്ത് എന്നോടു തർക്കിച്ചു ജയിക്കാൻ ഇനി ആരെങ്കിലുമുണ്ടെങ്കിൽ വരാം.” രാജാവും സദസ്സും അയാളുടെ അഹങ്കാരത്തിനുമുന്നിൽ തല കുനിച്ചു. മന്ത്രി, വാന്ദീനനോടു വിനയത്തോടെ പറഞ്ഞു:

“ഞാൻ അങ്ങയോട് തർക്കിക്കാൻ ആഗ്രഹിക്കുന്നു; ഒരു വ്യവസ്ഥയുണ്ട്. തർക്കത്തിൽ അങ്ങു തോറ്റാൽ ആ നിമിഷം ഈ രാജ്യം വിട്ടുപോകണം. ഞാൻ തോല്ക്കുകയാണെങ്കിൽ എന്റെ മന്ത്രിസ്ഥാനം അങ്ങയ്ക്ക്, ഞാൻ രാജ്യം വിട്ടുപോവുകയും ചെയ്യും.”

വാന്ദീനൻ അലറിച്ചിരിച്ചു. രാജാവ് നെറ്റി ചുളിച്ച് മന്ത്രിയെ നോക്കി. മന്ത്രി രാജാവിനെ വണങ്ങി, വാന്ദീനനോടു പറഞ്ഞു:

“ഞാൻ എന്റെ തർക്കവിഷയം അവതരിപ്പിക്കുകയാണ് കേട്ടോളൂ!” ആരു ജയിക്കും എന്ന് കാതോർത്ത് രാജസഭ ഒന്നി

ളകി ഇരുന്നു. സഭയെ വന്ദിച്ചശേഷം മന്ത്രി തന്റെ തർക്കവിഷയം അവതരിപ്പിച്ചു:

"എത്രയും ബഹുമാനപ്പെട്ട വാന്ദീന പണ്ഡിതാ, ഞാൻ അങ്ങയുടെ പിതാവല്ല!"

പണ്ഡിതൻ ഭാണ്ഡം മുറുക്കി പടിയിറങ്ങുമ്പോൾ സഭ ഇളകിച്ചിരിച്ചു, രാജാവ് മന്ത്രിയെ കെട്ടിപ്പുണർന്നു.

രാജ്യത്തിന്റെ മാനം കാത്ത വക്രാധരനെന്ന മന്ത്രിക്ക് രാജാവ് നിരവധി സമ്മാനങ്ങളും രത്നങ്ങളും നല്കി ആദരിച്ചു.

നല്ല ചങ്ങാതി

കുട്ടത്തിപ്രാവും പട്ടംപറത്തി പക്ഷിയും കുളക്കരയിലെ കുളമാവിലാണ് കൂടുകെട്ടി പാർത്തിരുന്നത്. മാനംമുട്ടെ വളർന്ന് ധാരാളം ശാഖകളും ഇലച്ചില്ലകളുമുണ്ടായിരുന്ന കുളമാവിന്റെ തുഞ്ചത്തെ കൊമ്പിലായിരുന്നു ആ കൂടുകൾ.

കുളമാവ്, കുട്ടത്തിയെയും പട്ടംപറത്തിയെയും ഒരുപോലെ സ്നേഹിച്ചു. ഇരുവരുടെയും കൂടുകൾ ചെറു ശാഖകൾ കൊണ്ടു പൊതിഞ്ഞ് ശത്രുക്കൾ കാണാതെ ആ മരം അവയെ രക്ഷിച്ചു. പഴുത്ത കായ്കൾ മതിയാവോളം തിന്ന് കുട്ടത്തിയും പട്ടംപറത്തിയും സുഖമായി ജീവിച്ചു.

ഇങ്ങനെയിരിക്കേ, കൊടിയ വേനൽക്കാലം വന്നു. കുളമാവിന്റെ ഇലകളും ക്രമേണ കൊമ്പുകളും ഉണങ്ങിത്തുടങ്ങി. സമീപത്തെ കുളവും വരണ്ടു.

ഇലകൾ ഒന്നൊന്നായി പൊഴിഞ്ഞു കഴിഞ്ഞതോടെ ആ പക്ഷികളുടെ കൂടുകൾ സുരക്ഷിതമല്ലാതായി.

പട്ടംപറത്തി കുട്ടത്തിയോടു പറഞ്ഞു:

“നോക്കൂ ചങ്ങാതീ, ഇങ്ങനെ പോയാൽ നമ്മുടെ കാര്യം എന്താകും? ഉണങ്ങിത്തുടങ്ങിയ ഈ മരത്തിലെ വാസം നമുക്കിനി പറ്റിയതല്ല. കുളത്തിലെ വെള്ളവും വറ്റി. ഈ മരം ഇനിയൊട്ടു കായ്ക്കുകയുമില്ല. തളിർത്തിട്ടുവേണ്ടേ കായ്ക്കാൻ?

എത്രയും വേഗം ഇവിടം വിട്ട് ദൂരെ മറ്റൊരു മരം തേടുന്നതാണ് ബുദ്ധി.”

എന്നാൽ, കുട്ടത്തി, പട്ടംപറത്തി പറഞ്ഞതിനോടു യോജിച്ചില്ല. പ്രാവ് പറഞ്ഞു: “ചങ്ങാതീ എത്രയോ കാലമായി ഈ കുളമാവാണ് നമുക്കു താങ്ങും തണലും ഭക്ഷണവും തന്ന് സംരക്ഷിച്ചത്. ആപത്തു വന്നപ്പോൾ കഴിഞ്ഞതൊക്കെ മറന്ന്, ഈ ചങ്ങാതിയെ കൈവിട്ട് നമ്മുടെ മാത്രം രക്ഷ നോക്കുന്നതു നീതിയാണോ? മഴ പെയ്യാതിരിക്കില്ല; ഈ മരം ഇനിയും തളിർക്കും. കായ്ക്കുകയും ചെയ്യും. നമുക്കു കാത്തിരിക്കാം. അല്ലെങ്കിൽ ഈ ചങ്ങാതിയോടൊപ്പം ഇവിടെത്തന്നെ നമുക്കും മരിക്കാം.”

കുട്ടത്തിയുടെ പ്രസംഗമൊന്നും പട്ടം പറത്തിക്കത്ര പിടിച്ചില്ല. കുട്ടത്തിയെ പുച്ഛത്തോടെ ഒന്നു നോക്കിയശേഷം കുളമാവിനോടു ഒരക്ഷരം മിണ്ടാടെ പട്ടംപറത്തി നീണ്ട വാലിളക്കി ഉയർന്നുപറന്നു.

കുട്ടത്തിപ്രാവ് കൊടിയ ചൂടും സഹിച്ച് മഴയ്ക്കുവേണ്ടി പ്രാർത്ഥിച്ചുകൊണ്ട് അവിടെ കഴിഞ്ഞു.

കുളമാവ്, കുട്ടത്തിയോട് എത്രയും വേഗം ആ മരം വിട്ടുപറന്ന് ജീവൻ രക്ഷിക്കാൻ നിർബ്ബന്ധിച്ചു പറഞ്ഞു. കുട്ടത്തി മറുപടിയൊന്നും പറയാതെ മഴയ്ക്കു വേണ്ടി ധ്യാനിച്ചു.

ദിവസങ്ങൾ കഴിയുന്തോറും ആ വലിയ മരത്തിന്റെ അടിക്കൊമ്പുകളിലേക്കും ഉണക്ക് വ്യാപിച്ചു. കുട്ടത്തി കുളമാവിന്റെ തുഞ്ചാണിക്കൊമ്പിൽ ചെന്നിരുന്ന് കടുത്ത ചൂടു വകവയ്ക്കാതെ മഴയ്ക്കുവേണ്ടി ഉറക്കെ ഉറക്കെ കരഞ്ഞുകൊണ്ടിരുന്നു മേഘക്കൂട്ടങ്ങൾ അതൊന്നും കേൾക്കാതെ വേഗത്തിൽ കടന്നുപോയി.

കുട്ടത്തി, കഴിയുന്നത്ര ഉച്ചത്തിൽ വീണ്ടും വീണ്ടും കരഞ്ഞു. ഒരു കിഴവൻ മേഘം അതുകേട്ട് ഒന്നു നിന്നു. ആ മേഘത്തിനു മനസ്സലിഞ്ഞു. പിന്നെ നീണ്ടുനിന്ന കനത്ത മഴ!

ദിവസങ്ങൾക്കകം കാടുംമേടും തളിർത്തു. കുളമാവ് വീണ്ടും തളിർത്തു തഴച്ചു. കുട്ടത്തിയെ കുളമാവ് കെട്ടിപ്പുണർന്നു.

പല ദിക്കിലും അലഞ്ഞുതിരിഞ്ഞ് പട്ടംപറത്തി കുളമാവി ലേക്കു തിരിയെ പറന്നു. ഒന്നുമറിയാത്ത മട്ടിൽ അതു കുളമാ വിന്റെ തുഞ്ചത്തെ കൊമ്പിൽ തന്നെ ഇരിപ്പുറപ്പിച്ചു.

കുളമാവ് അതിന്റെ ശിഖരങ്ങൾ ശക്തിയായി ഉലച്ചുകൊണ്ട് ഉറക്കെ പറഞ്ഞു:

"ഇവിടെ നിനക്കിനി സ്ഥാനമില്ല. നല്ല കാലത്തു ഞാൻ ചെയ്ത ഉപകാരത്തിന് നന്ദിവാക്കുപോലും പറയാതെ ആപ ത്തിൽ നീ എന്നെ കൈവിട്ടുപറന്നു. കഷ്ടകാലത്ത് എന്നോ ടൊപ്പം ദുരിതം പങ്കിട്ട് എന്നെ ആശ്വസിപ്പിച്ച നല്ലവനായ കുട്ടത്തിപ്രാവിനു മാത്രമേ ഇനി ഇവിടെ സ്ഥാനമുള്ളൂ. ദുഃഖ ത്തിൽ കൂടെ നില്ക്കുന്നവൻ മാത്രമാണ് നല്ല ചങ്ങാതി."

പട്ടംപറത്തി അതിന്റെ നീണ്ടവാൽ താഴ്ത്തി ലജ്ജയോടെ അവിടെ നിന്നു പറന്നു.

പൂച്ച സന്ന്യാസി

ബിഡാലൻ വെറും പൂച്ചയായിരുന്നില്ല. പൂച്ച സന്ന്യാസി അഥവാ സന്ന്യാസിയായ പൂച്ച. അവൻ എലികളെത്തേടി അലഞ്ഞാണ് ഹിമാലയത്തിലെത്തിച്ചേർന്നത്. ഒരു എലിക്കുഞ്ഞിനെപ്പോലും കിട്ടാതെ വന്നപ്പോൾ അവൻ വലഞ്ഞ് ഒരു മരച്ചുവട്ടിൽ കുത്തിയിരുന്നു.

ബിഡാലൻ കണ്ണുചിമ്മി ചുറ്റുപാടും നോക്കി. സമീപത്തെ ചില ഗുഹകളിൽ കാവിയുടുത്ത് ധ്യാനിച്ചിരിക്കുന്ന സന്ന്യാസിമാരുടെ മുമ്പിൽ ശിഷ്യന്മാർ ഫലമൂലാദികളും ഭക്ഷണവും കൊണ്ടുവച്ച് ഭക്തിയോടെ തൊഴുതു നില്ക്കുന്നു. ബിഡാലന് പെട്ടെന്നൊരാശയം മനസ്സിലുദിച്ചു.

ഒരു സന്ന്യാസിയായി മാറിയാലെന്താ? മൂഷികവൃന്ദം ശിഷ്യന്മാരായി അടുത്തുകൂടും തന്നെ പരിചരിക്കുന്നതിന്. രഹസ്യമായി അവയെ ഓരോന്നിനെയും ഭക്ഷണമാക്കാം. ഹായ്..! ഒന്നാന്തരം ആശയം!

ബിഡാലൻ സമയം പാഴാക്കാതെ കാവിവസ്ത്രവും കമണ്ഡലുവും രുദ്രാക്ഷമാലയും സംഘടിപ്പിച്ചു. അതൊക്കെ ധരിച്ച്, ഗംഗാനദിക്കടുത്ത് എലികൾ തിങ്ങിപ്പാർക്കുന്ന ഒരു ഭാഗത്തേക്ക് അവൻ നടന്നു. ഗംഗയിലെ സ്ഫടികജലത്തിൽ തന്റെ പ്രതിച്ഛായ ദർശിച്ച ബിഡാലൻ അറിയാതെ വിളിച്ചുപോയി.

ഓം... ശാന്തി... ശാന്തി... ശാന്തി!

ബിഡാല സ്വാമിയുടെ മന്ത്രോച്ചാരണം മൂഷികവൃന്ദത്തെ ഉണർത്തി. ബിഡാലസ്വാമിക്കു മുൻപിൽ ആദ്യം കൈകൂപ്പിയത് മൂഷിക പ്രമാണി ഡിംഡികൻ. പിന്നിൽ അണിനിരന്ന മൂഷികന്മാർ പരസ്പരം പറഞ്ഞു:

"കണ്ണുകളിൽ ആത്മീയത്തിന്റെ തിളക്കം! ചുണ്ടിൽ ഓംകാരത്തിന്റെ മുഴക്കം! ചലനത്തിലോ ഭക്തിയുടെ പ്രസരം! ഓം... ബിഡാലായ നമഃ"

ബിഡാല സ്വാമി മൊഴിഞ്ഞു:

"കുഞ്ഞുങ്ങളെ, ആത്മീയവും ലൗകികവും കൂട്ടിക്കുഴയ്ക്കാവുന്നവയല്ല. നിങ്ങളുടെ ആത്മീയ കാര്യങ്ങൾ അറിഞ്ഞു കണ്ടു പ്രവർത്തിക്കുന്നതിനാണ് സാക്ഷാൽ ദൈവം എന്നെ നിങ്ങളുടെ മുമ്പിലേക്കയച്ചിരിക്കുന്നത്. ഇനിമേൽ നിങ്ങളെ നോക്കുവാനുള്ള കടമ ഈ ബിഡാല സ്വാമിക്കുള്ളതാണ്. എന്റെ ലൗകിക കാര്യങ്ങൾ നോക്കിക്കണ്ട് പ്രവർത്തിക്കേണ്ടത് നിങ്ങളുടെ ധർമ്മം. എനിക്ക് യഥാസമയം ആഹാരം തന്ന് എന്നെ പരിചരിക്കുക. ഓം... "മംഗളാനി ഭവന്തു!"

ഡിംഡികൻ ബിഡാലസ്വാമിയെ സാഷ്ടാംഗം പ്രണമിച്ചു. എലികൾ ആ പൂച്ച സന്ന്യാസിയെ യഥാവിധി പരിചരിച്ചു. ഒറ്റയ്ക്കും തെറ്റയ്ക്കും കിട്ടുന്ന എലികളെ ബിഡാല സ്വാമി കൈയോടെ പിടികൂടി രഹസ്യമായി അകത്താക്കി. ദിവസങ്ങൾ കടന്നുപോയി.

ബിഡാലസ്വാമിയുടെ താടിരോമങ്ങളിൽ വിടാതെ പറ്റിയിരുന്ന ചെമപ്പുനിറം എലികളുടെ ചോരക്കറയല്ലേ? ഡിംഡികനു. സംശയമായി.

ഡിംഡികൻ സഭ വിളിച്ചുകൂട്ടി കണക്കെടുത്തു. അത്ഭുതം! പല പ്രമുഖന്മാരുടെയും മേൽവിലാസമേയില്ല! ഡിംഡികൻ ബിഡാലനെ രഹസ്യമായി നിരീക്ഷിക്കാൻ ആളെ വിട്ടു. പോയവനു മാത്രമല്ല, അവനെ അന്വേഷിച്ചു ചെന്നവനും സ്വാമി 'മോക്ഷം' കൊടുത്തു സ്വർഗ്ഗത്തിലയച്ചു! നേരിട്ടന്വേഷണത്തിനിറങ്ങിയ ഡിംഡികനും ഉടലോടെ സ്വർഗ്ഗം പൂകി!

കോകിലൻ എന്ന എലി പിന്നീടു നേതാവായി. അവൻ ബുദ്ധിമാനായിരുന്നു. അവൻ പറഞ്ഞു:

"സ്നേഹിതരേ, ബിഡാലൻ വെറും ഒരു പൂച്ചയാണ്. നമ്മുടെ വംശം മുടിപ്പിക്കാനെത്തിയ കള്ളപ്പൂച്ച! നമുക്ക് അവനെ ഒരു പാഠം പഠിപ്പിക്കണം."

കോകിലൻ മറ്റ് എലികളോടൊപ്പം നദിക്കരയിൽ ദൂരെ ഒരിടത്തേക്ക് താമസം മാറ്റി. ഭക്ഷണം കിട്ടാതെ ബിഡാലസ്വാമി അവശനായി.

ഒരു ദിവസം കാവിവസ്ത്രധാരിയായ ഒരു പൂച്ചയുടെ മൃതദേഹം ഗംഗയിലൂടെ ഒഴുകിവന്നു. അതുകണ്ട കോകിലനും മറ്റ് എലികളും അറിയാതെ വിളിച്ചുപോയി:

"ഓം... ശാന്തി... ശാന്തി... ശാന്തി!"

ബലി

ഇടതടവില്ലാതെ പെയ്യുന്ന മഴ. ആഞ്ഞു വീശുന്ന കാറ്റ്. ആ കാട് അക്ഷരാർത്ഥത്തിൽ തന്നെ വിറച്ചു. പക്ഷികൾ വൃക്ഷ ക്കൊമ്പുകളിൽ കൂട്ടം ചേർന്നിരുന്നു കരഞ്ഞു. പ്രാവും പരുന്തും ശത്രുത മറന്ന് ഒരു മരക്കൊമ്പിൽ ഒരുമയോടെ ചിറകൊതുക്കി ഇരുന്നു. സിംഹവും മാനും കടുവയും കാടനും മുഖത്തോടു മുഖം നോക്കിയിരുന്നു വിറച്ചു.

ഇലഞ്ഞി മരത്തിന്റെ ശിഖരത്തിൽ, ഇലകൾക്കിടയിൽ ഒതു ങ്ങിയിരുന്ന ചങ്ങാലി പ്രാവ്, ആ വൃക്ഷച്ചുവട്ടിലിരുന്നു വിറച്ചു തുള്ളുന്ന ഒരു വേടനെ കണ്ടു. തീറ്റതേടിപ്പോയ തന്റെ പെൺപ്രാ വിനെ കാത്ത് അവൻ ആ വൃക്ഷക്കൊമ്പിലിരിപ്പുറപ്പിച്ചിട്ട് മൂന്നു നാൾ കഴിഞ്ഞു. തന്റെ പ്രിയപ്പെട്ടവൾ കേൾക്കാനെന്നപോലെ ഇടയ്ക്കിടയ്ക്കു കരഞ്ഞ ചങ്ങാലിയെ വേടൻ ശ്രദ്ധിച്ചു. ഇരയെ അടുത്തു കണ്ടിട്ടും വില്ലെടുക്കാനോ അമ്പുതൊടുക്കാനോ അവനു കഴിയുന്നില്ല. വില്ലും അമ്പും കെട്ടിപ്പിടിച്ച് അവൻ വിറച്ചു.

തന്നെപ്പോലെ, വിശന്ന് മരച്ചുവട്ടിൽ കൂനിക്കൂടിയിരിക്കുന്ന വേടനോട് ചങ്ങാലിപ്രാവിനു ദയ തോന്നി. വേടന്റെ വാടിയമു ഖവും നിറഞ്ഞ കണ്ണും വിറയ്ക്കുന്ന ശരീരവും ചങ്ങാലിയുടെ ഹൃദയത്തെ ഉലച്ചു.

ആ പക്ഷി മഴയും കാറ്റും വകവയ്ക്കാതെ എങ്ങോട്ടോ പറ

ന്നു. ഉണങ്ങിയ ഇലകളും ചെറു ചുള്ളികളും ചിറകിലൊതുക്കിവച്ച് അവൻ വന്നു. മരച്ചുവട്ടിൽ വേടന്റെ മുമ്പിലായി നനയാത്തൊരിടത്ത് അവ കൂട്ടിവച്ചു. ഉണക്കിലയും ചുള്ളികളും വീണ്ടും വീണ്ടും അവൻ കൊണ്ടുവന്നു. കരിയിലയിൽ ഒതുക്കിപ്പിടിച്ച് എവിടെ നിന്നോ കൊണ്ടുവന്ന തീക്കനൽ കൊണ്ട് അവൻ തീകൂട്ടി.

തീ കാഞ്ഞ് തണുപ്പു മാറിത്തുടങ്ങിയപ്പോൾ വേടനു സംസാരിക്കാമെന്നായി. അവൻ ആ പ്രാവിനോടു പറഞ്ഞു.

“വിശപ്പുകൊണ്ട് ഞാനിപ്പോൾ തന്നെ മരിക്കും.”

ആ ചെറുപക്ഷി ഇങ്ങനെ ചിന്തിച്ചു.

‘ഈ വേടൻ നിരവധി പക്ഷികളെ വേട്ടയാടിക്കൊന്നവനാണ്. എങ്കിലും ഇയാൾ ഇപ്പോൾ ആപത്തിൽപ്പെട്ടുഴലുകയാണ്. തന്റെ മുമ്പിൽ വിശന്നു വലഞ്ഞ് ഒരാൾ മരിച്ചുവീഴുന്നതെങ്ങനെ കാണും?’

തീ ആളിക്കത്തിത്തുടങ്ങി. അവൻ ചിന്തിച്ചു:

‘ഈ തീ അണയുന്നതിനു മുമ്പ് അതിൽ പതിച്ച് എന്റെ മാംസം വേടനു ഭക്ഷണമാക്കണം.’

വിചാരിച്ചതും പ്രവർത്തിച്ചതും ഒപ്പം കഴിഞ്ഞു. അവൻ ആ തീക്കുണ്ഡത്തിലേക്കു സ്വയം പതിച്ചു!

എവിടെ നിന്നോ കിട്ടിയ അരിമണികൾ കൊക്കിലൊതുക്കി, പറന്നു തളർന്ന് ആ നിമിഷം എത്തിച്ചേർന്ന ഇണപ്രാവ്, തന്റെ പ്രിയപ്പെട്ടവൻ തീയിൽ കിടന്നു പിടയുന്നതു കണ്ടു. അവൾ വാവിട്ടു കരഞ്ഞു. അവളുടെ കൊക്കിൽനിന്നും അരിമണികൾ ആ അഗ്നികുണ്ഡത്തിൽ ഉതിർന്നു വീണു! ആ ഇണപ്പക്ഷി ഉറക്കെ കരഞ്ഞുകൊണ്ട് വേടനോടു പറഞ്ഞു:

“മറ്റൊരുവന്റെ വിശപ്പുമാറ്റാൻ സ്വയം ജീവൻ വെടിഞ്ഞ എന്റെ പ്രിയപ്പെട്ടവൻ എത്ര ധന്യൻ! എന്നാൽ, ആ ചെറു ശരീരത്തിലെ മാംസംകൊണ്ടുമാത്രം നിങ്ങളുടെ കൊടിയ വിശപ്പു ശമിക്കില്ല; അദ്ദേഹത്തെ വെടിഞ്ഞ് എനിക്കിനി ജീവിതമെന്തിന്? ഇതാ എന്നെക്കൂടി താങ്കൾ ഭക്ഷണമായി സ്വീകരിക്കുക!”

വേടൻ എന്തോ പറയാനൊരുങ്ങുന്നതിനുമുമ്പ് ആ ഇണ

പ്രാവും അഗ്നിയിൽ പതിച്ചു പിടഞ്ഞു!

വേടന്റെ കണ്ണു നിറഞ്ഞു. അവൻ പറഞ്ഞു: “ഈ സാധുപക്ഷികളുടെ ദയയും സ്നേഹവും ഞാൻ ഉൾക്കൊള്ളുന്നു, ഞാനിനി പാപം ചെയ്യില്ല. ധർമ്മമാർഗ്ഗം സ്വീകരിക്കും.” അയാൾ അമ്പും വില്ലും ദൂരെ വലിച്ചെറിഞ്ഞു. തനിക്കുവേണ്ടി ജീവൻ ബലിയർപ്പിച്ച ആദർശധീരരായ പക്ഷികളുടെ ശരീരം അയാൾ ഭക്ഷിക്കാതെ ഭക്തിപൂർവ്വം സംസ്കരിച്ചു. സന്ന്യാസം സ്വീകരിച്ച വേടൻ വലിയൊരു മഹർഷിയായി മാറി.

ബ്രഹ്മം

ബ്രഹ്മാനന്ദനും ശിഷ്യൻ നിത്യാനന്ദനും പുഴയുടെ സമീപത്തുള്ള ആശ്രമത്തിൽ ഒരുമിച്ചു താമസിച്ചു വന്നു.

ബ്രഹ്മാനന്ദഗുരു, നിത്യാനന്ദന് പല ഉപദേശങ്ങളും നല്കി. ഒരു ദിവസം ഗുരു ശിഷ്യനെ ഉപദേശിച്ചു:

"ഏതു കർമ്മം ചെയ്യുമ്പോഴും അടിയിൽനിന്നു തുടങ്ങി വേണം പടിപടിയായി മുകളിലെത്താൻ. എല്ലാറ്റിനും ഒരടിസ്ഥാനവും അടുക്കും ചിട്ടയും ക്രമവും വേണമെന്നു സാരം."

കുറേ ദിവസങ്ങൾ കഴിഞ്ഞു. വലിയൊരു വേനൽക്കാലം. ആശ്രമത്തിനടുത്തുള്ള പുഴ വറ്റിവരണ്ടു കുടിവെള്ളം മുട്ടി.

ബ്രഹ്മാനന്ദ ഗുരു ശിഷ്യനെ വിളിച്ചു പറഞ്ഞു:

"നിത്യാനന്ദാ, നീ ഇന്നുതന്നെ ആശ്രമമുറ്റത്തിന്റെ ഒരുഭാഗത്ത് ഒരു കിണർ കുഴിപ്പിക്കാൻ ഏർപ്പാടാക്കണം."

നിത്യാനന്ദൻ ഉടനെ തന്നെ പുറത്തേക്കിറങ്ങി കിണർ കുഴിക്കാൻ ജോലിക്കാരെ ഏർപ്പാടാക്കി.

കിണറിനു സ്ഥാനം നിശ്ചയിച്ച് കുഴിക്കാനുള്ള ഒരുക്കം തുടങ്ങി. ജോലിക്കാരൻ മൺവെട്ടി ഉയർത്തി.

"നിർത്ത്... കുഴിക്കാൻ വരട്ടെ!" നിത്യാനന്ദന്റെ അലർച്ച.

ജോലിക്കാരൻ മൺവെട്ടി താഴെവെച്ച് സാകൂതം നിന്നു. നല്ലൊരു കാര്യത്തിനു തുടങ്ങുകയല്ലേ, തനിക്കു വല്ല ദക്ഷി

ണയും തന്നിട്ടാകാമെന്നു കരുതിയാകണം നിർത്താൻ പറഞ്ഞതെന്ന ചിന്തയായിരുന്നു അയാൾക്ക്.

നിത്യാനന്ദൻ ആശ്രമത്തിനകത്തേക്കോടി. ഗുരു ധ്യാനത്തിലായിരുന്നു. ശിഷ്യൻ മടിച്ചു മടിച്ച് ഗുരുവിനെ ഉണർത്തി.

"എന്താ കിണറിന്റെ ജോലി തുടങ്ങുകയല്ലേ?" ഗുരു ചോദിച്ചു.

"എല്ലാം ഏർപ്പാടാക്കി. പക്ഷേ...."

"എന്തു പക്ഷേ? ജോലി നടക്കട്ടെ."

"ഒരു സംശയം... ഏതു ജോലിയും അടിയിൽനിന്നു തുടങ്ങിവേണം പടിപടിയായി മുകളിലെത്താൻ എന്നല്ലേ അങ്ങ് ഉപദേശിച്ചിട്ടുള്ളത്? ഇവിടെ... കിണറിന്റെ കാര്യം... ആ ജോലിക്കാരൻ മുകളിൽ നിന്ന് താഴോട്ടു പടിപടിയായി കുഴിക്കാനുള്ള ഭാവത്തിലാണ്. കിണർ അടിയിൽ നിന്ന് പടിപടിയായി മുകളിലോട്ടു കുഴിക്കുന്ന കാര്യത്തിൽ എനിക്കും സംശയം തോന്നാതിരുന്നില്ല... എങ്കിലും ഗുരുവിന്റെ ഉപദേശം തെറ്റിക്കുക..."

"വിഡ്ഢീ... നിർത്ത്.. നിന്നെ ഉപദേശിച്ച ഞാൻ നിന്നേക്കാൾ വിഡ്ഢിതന്നെ."

"നിനക്ക് പുറമേ, കാതും കണ്ണും തുറന്നിട്ടുണ്ടെങ്കിലും അകക്കണ്ണു തെളിഞ്ഞിട്ടില്ല. മൂഢനിൽ ഉപദേശം തളിർക്കില്ല. നിനക്കു പോകാം! ഇനി ഈ പ്രദേശത്തെങ്ങും നിന്നെ കണ്ടുപോകരുത്."

നിത്യാനന്ദൻ പിന്നീടു ശുഭ്രാനന്ദൻ എന്ന സന്ന്യാസിയുടെ ശിഷ്യനായി. ആദ്യ ദിവസം തന്നെ നിത്യാനന്ദൻ ഗുരുവിനോടു ചോദിച്ചു:

"ഗുരോ ഒന്നിലും ഭയമില്ലാതിരിക്കാനുള്ള മാർഗ്ഗമെന്താണ്?"

"എന്തിനെയും ബ്രഹ്മമെന്നു കരുതിയാൽ പിന്നെ ഭയത്തിനവകാശമില്ല." ശുഭ്രാനന്ദൻ ഉപദേശിച്ചു.

ദിവസങ്ങൾ കഴിഞ്ഞു നിത്യാനന്ദൻ, ഒരു വയൽക്കരയിലൂടെ നടന്നുപോവുകയായിരുന്നു. ഒരു കൊമ്പനാനയുമായി ആനക്കാരൻ അയാൾക്കു പുറകിൽ വരുന്നുണ്ടായിരുന്നു. നിത്യാനന്ദന്റെ തൊട്ടു പിന്നിലെത്താറായപ്പോൾ ആനക്കാരൻ വിളിച്ചു പറഞ്ഞു:

"ഏയ്... മാറിനില്ക്ക്, ആന ഉപദ്രവിക്കും."

നിത്യാനന്ദൻ തിരിഞ്ഞുനോക്കാതെ വലതു കൈ ഉയർത്തി ഉറക്കെ പറഞ്ഞു.

"എല്ലാം ബ്രഹ്മം."

അടുത്തെത്തിയെ ആന നിത്യാനന്ദനെ കോരിയെടുത്ത് ഒരേറ്! ദേ കിടക്കുന്നു വയലിൽ!!

ദേഹം മുഴുവൻ ചെളിയും മുറിവുകളുമായി അയാൾ ഗുരുവിന്റെ അടുക്കലെത്തി കോപത്തോടെ പറഞ്ഞു:

"അങ്ങയുടെ ഉപദേശം വിശ്വസിച്ച് 'എല്ലാം ബ്രഹ്മം' എന്നു കരുതി നടന്നതിന് എനിക്കു കിട്ടിയ അനുഭവം അങ്ങു കാണുന്നുണ്ടോ?"

സംഭവിച്ചതെന്തെന്ന് ശുഭ്രാനന്ദൻ വിശദമായി ചോദിച്ചറിഞ്ഞു. ഉപദേശം ശരിയായി ഉൾക്കൊള്ളാൻ കഴിയാത്ത വിഡ്ഢിയാണ് തന്റെ മുമ്പിൽ നില്ക്കുന്നതെന്നും ആനക്കാരന്റെ മുന്നറിയിപ്പ് നിത്യാനന്ദൻ വകവയ്ക്കാത്തതാണ് കാര്യമെന്നും ഗുരുവിനു ബോദ്ധ്യപ്പെട്ടു.

"തെറ്റ് നിന്റെ ഭാഗത്താണ്. 'എല്ലാം ബ്രഹ്മ'മെന്നു കരുതുമ്പോൾ ആന മാത്രമല്ല നിന്നോടു മാറി നില്ക്കാൻ ആവശ്യപ്പെട്ട ആനക്കാരനും ബ്രഹ്മമാണെന്നു നീ അറിയണമായിരുന്നു. 'ബ്രഹ്മ'ത്തെ അനുസരിക്കാത്തതാണ് നിന്റെ തെറ്റ്. നിനക്കിനി ഇവിടെ സ്ഥാനമില്ല... പൊയ്ക്കോ!"

നിത്യാനന്ദൻ തിരിഞ്ഞു നടക്കുമ്പോൾ ശുഭ്രാനന്ദ ഗുരു അറിയാതെ പറഞ്ഞു പോയി.

"ഈശ്വരാ...! ഇങ്ങനെയും ഒരു ബ്രഹ്മം!"

നിത്യാനന്ദൻ അടുത്ത ഗുരുവിനെത്തേടി വീണ്ടും നടന്നു!

മാവു തിന്നാൽ അപ്പത്തിൽ കുറയും

മാലതിയമ്മ അടുത്ത ദിവസത്തേക്കുള്ള പലഹാരത്തിനു മാവു തയ്യാറാക്കുകയായിരുന്നു. ഉണ്ണിക്കുട്ടൻ അമ്മയുടെ അടുത്തുപറ്റിയിരുന്നു, അവർ കാണാതെ കുറേശ്ശെ മാവു തിന്നുകൊണ്ടിരുന്നു. അമ്മ അതു കണ്ടു പിടിച്ചപ്പോൾ അവൻ ഒന്നു പരുങ്ങി. അവർ അവനോടു പറഞ്ഞു:

"മോനേ, നിനക്കറിയില്ല; മാവു തിന്നാൽ അപ്പത്തിൽ കുറയും. അസുഖവും വരും."

അമ്മ മാവു തയ്യാറാക്കുമ്പോഴൊക്കെ അവനിതു പതിവാണ്. അമ്മ കാണാതെ കുറച്ചു മാവ് അകത്താക്കും. കണ്ടുപിടിച്ചാൽ അമ്മ പറയും:

"മോനേ, മാവു തിന്നാൽ അപ്പത്തിൽ കുറയും."

വളരെക്കാലം മക്കളില്ലാതിരുന്ന മാലതിയമ്മയ്ക്കും മാധവൻ നായർക്കും ആറ്റുനോറ്റിരുന്നു കിട്ടിയ മകനാണ് ഉണ്ണിക്കുട്ടൻ. അതു കൊണ്ടുതന്നെ അതിരുകടന്ന ലാളന അവർ അവനു നല്കിയിരുന്നു. മ്ലാനത നിറഞ്ഞുനിന്ന വീട്ടിൽ സന്തോഷത്തിന്റെ പൂത്തിരിയായി ഉണ്ണിക്കുട്ടൻ പിറന്നിട്ട് അഞ്ചുവർഷമായി.

ദിവസങ്ങൾ കടന്നുപോയി. വിധി മാലതിയമ്മയുടെ ജീവൻ പെട്ടെന്നാണ് അപഹരിച്ച് കളഞ്ഞത്! അവരുടെ മരണം മാധ

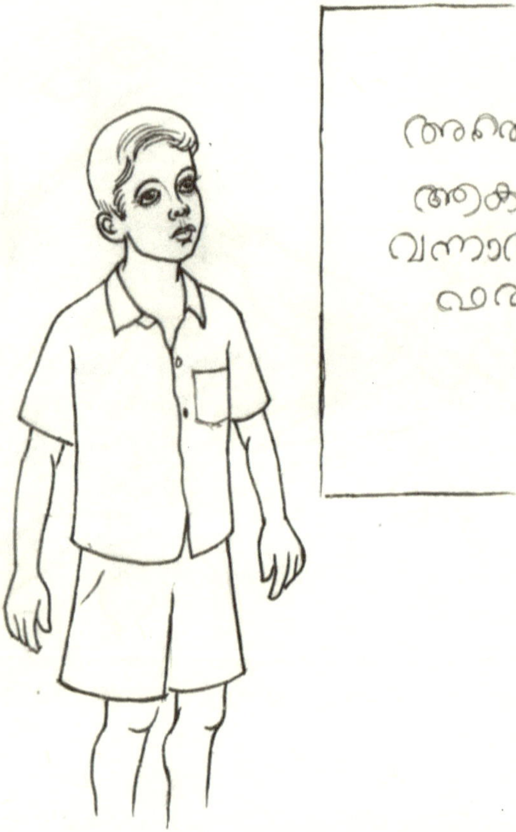

വൻ നായരേയും ഉണ്ണിക്കുട്ടനേയും തീരാദുഃഖത്തിലാഴ്ത്തി. ഉണ്ണിക്കുട്ടൻ അമ്മൂമ്മയുടെ സംരക്ഷണയിലായിരുന്നു പിന്നീട് വളർന്നത്.

മാധവൻ നായർ അമ്മയില്ലാത്ത മകനെന്ന പരിഗണനകൂടി അവനു നല്കി കൂടുതൽ ലാളിച്ചു.

ഇന്ന് ഉണ്ണിക്കുട്ടൻ എട്ടാം സ്റ്റാൻഡേർഡ് വിദ്യാർത്ഥിയാണ്. മാധവൻ നായരുടെ അതിലാളന അവന്റെ സ്വഭാവത്തെയും പെരുമാറ്റത്തെയും മോശമായി ബാധിച്ചു. ക്ലാസിൽ അവൻ മൂന്നാന്തരം വിദ്യാർത്ഥിയായിത്തീർന്നു. ചങ്ങാതിമാരൊക്കെ നാലാന്തരം വിദ്യാർത്ഥികളും. പഠിത്തത്തിൽ വേണ്ടത്ര ശ്രദ്ധയും താല്പര്യവും അവൻ കാണിക്കുന്നില്ലെന്ന് അദ്ധ്യാപകരൊക്കെ പലതവണ അവന്റെ അച്ഛനെ അറിയിച്ചിരുന്നു.

ഉണ്ണിക്കുട്ടന്റെ പ്രോഗ്രസ് കാർഡ് മാധവൻ നായർ കണ്ടു. അവൻ എല്ലാ വിഷയങ്ങൾക്കും തോറ്റിരുന്നുവെന്നു മാത്രമല്ല, രണ്ടക്കമുള്ള മാർക്ക് ഒരു വിഷയത്തിനും കിട്ടിയിരുന്നുമില്ല!

മാധവൻ നായർ സ്കൂളിലെത്തി അവന്റെ അദ്ധ്യാപകനെ കണ്ടു. രാമു മാസ്റ്ററായിരുന്നു അവന്റെ ക്ലാസ് ടീച്ചർ. അദ്ദേഹം ആ സ്കൂളിലെ മികച്ച അദ്ധ്യാപകനും. ഉണ്ണിക്കുട്ടനെ മാസ്റ്റർ അടുത്തു വിളിച്ചു നിർത്തി. മാസ്റ്റർ മാധവൻ നായരോട് പറഞ്ഞു:

"ഇവൻ ക്ലാസിൽ തീരെ ശ്രദ്ധിക്കാറില്ല. കോമാളിത്തം കാട്ടുന്നതിൽ മാത്രം ഏറെ താല്പര്യമാണ്. ഗൃഹപാഠമോ പകർത്തിയെഴുത്തോ ചെയ്യാറില്ല. പിന്നെ എങ്ങനെ മാർക്കുകിട്ടും."

"സാർ ഇവന്റെ അമ്മ മരിച്ചതിൽ പിന്നെ എന്റെ ലാളന ഇവന് അല്പം കൂടുതലായിപ്പോയെന്ന് എനിക്ക് തോന്നുന്നുണ്ട്." മാധവൻ നായർക്കു കുറ്റബോധം. ശബ്ദത്തിൽ ഇടർച്ച.

"അധികമായാൽ അമൃതും വിഷം എന്നതുതന്നെ പ്രമാണം. ആകട്ടെ ഇനിയും വൈകിയിട്ടില്ല നമുക്കു മനസ്സുവയ്ക്കാം." രാമുമാസ്റ്റർ മാധവൻ നായരെ ആശ്വസിപ്പിച്ചു.

ഉണ്ണിക്കുട്ടനെ അരികിലേക്കു ചേർത്തു നിർത്തി ചുമലിൽ തലോടിക്കൊണ്ടു മാസ്റ്റർ പറഞ്ഞു:

"കുട്ടീ ഒരു കാര്യം ഓർത്തിരിക്കുന്നതു നന്ന്, സമയവും

അവസരവും പാഴാക്കിയാൽ പിന്നീടു ദുഃഖിക്കേണ്ടിവരും. മാവു തിന്നാൽ അപ്പത്തിൽ കുറയും അതു മറക്കണ്ട!"

അവൻ ഒരു ഞെട്ടലോടെ രാമുമാസ്റ്ററുടെ മുഖത്തേക്കു നോക്കി. അവൻ അവന്റെ അമ്മയെക്കുറിച്ചോർത്തു. മാലതിയമ്മയുടെ രൂപം അവന്റെ മനസ്സിൽ തെളിഞ്ഞു. ചെറുപ്പത്തിൽ താൻ അമ്മ കാണാതെ മാവു തിന്നുമായിരുന്നപ്പോൾ അമ്മ സ്നേഹത്തോടെ, തന്നെ താക്കീതു ചെയ്തിരുന്നു. ആ അമ്മയുടെ രൂപം. അമ്മയുടെ വാക്കുകൾ! അമ്മയുടെ ശബ്ദം അവന്റെ കാതിൽ മുഴങ്ങി. "മോനേ മാവു തിന്നാൽ അപ്പത്തിൽ കുറയും." അന്ന് അമ്മ പറഞ്ഞതിന്റെ പൊരുൾ, ഇന്നു മാസ്റ്റർ പറഞ്ഞപ്പോൾ മാത്രം അവന്റെ മനസ്സിൽ തറച്ചതിനാലാവാം കണ്ണു നിറഞ്ഞു. അവൻ കണ്ണുതുടച്ചു.

ദിവസങ്ങൾ കഴിയുന്തോറും ഉണ്ണിക്കുട്ടനിൽ പല മാറ്റങ്ങളും പ്രകടമായിക്കണ്ടു. ഇപ്പോൾ അവൻ ക്ലാസിൽ നന്നായി ശ്രദ്ധിച്ചു തുടങ്ങി. ഗൃഹപാഠവും പകർത്തിയെഴുത്തും മുടക്കാറില്ല. കോമാളിത്തമോ ചീത്ത കൂട്ടുകെട്ടോ ഇല്ല.

ആ വർഷം ഉണ്ണിക്കുട്ടൻ ക്ലാസിൽ ഒന്നാമനായി ജയിച്ചു! ഉണ്ണിക്കുട്ടനിലെ മാറ്റം രാമുമാസ്റ്ററിൽ അത്ഭുതവും സന്തോഷവും ഉളവാക്കി. മാസ്റ്റർ അവനെ അഭിനന്ദിച്ചു!

"നീ നന്നായി വരും."

ദിവസങ്ങളും മാസങ്ങളും കടന്നുപോയി. പത്താം ക്ലാസിലെ പരീക്ഷാഫലം പുറത്തുവന്നു. ഉണ്ണിക്കുട്ടൻ സ്കൂളിൽ ഒന്നാമൻ! അവനെ അഭിനന്ദിക്കാൻ രാമുമാസ്റ്റർ തന്നെ ആദ്യം വീട്ടിലെത്തി. മാസ്റ്റർ അവനെ ആശ്ലേഷിക്കുകയും ആശീർവദിക്കുകയും ചെയ്തപ്പോൾ നന്ദിപൂർവ്വം അവൻ പറഞ്ഞു: "മാസ്റ്റർ, എനിക്കു നന്നായി ബോദ്ധ്യം വന്നു. മാവു തിന്നാൽ അപ്പത്തിൽ കുറയും!"

മാസ്റ്റർ പടിയിറങ്ങുമ്പോൾ മാധവൻ നായർ സന്തോഷത്തോടെ കണ്ണീർ തുടച്ച് യാത്രയാക്കി.

മുതുനെല്ലിക്ക

കാട്ടിലെ വലിയ ആൽമരത്തിൽ കൂടുകെട്ടി പണ്ടൊരു കാക്ക മുട്ടയിട്ടു. പ്രായം ചെന്ന ഒരു മുത്തശ്ശി മൂങ്ങ ആ ആലിന്റെ കൊമ്പത്ത് സ്ഥിരതാമസക്കാരിയായിരുന്നു.

കാക്കമുട്ട വിരിഞ്ഞു. രണ്ട് ഓമനക്കുഞ്ഞുങ്ങൾ! ഏറെ സന്തോഷിച്ചതു മൂങ്ങയമ്മൂമ്മ. മുത്തശ്ശിക്ക് ആ കുഞ്ഞുങ്ങളോട് എന്തെന്നില്ലാത്ത സ്നേഹം.

തള്ളക്കാക്കയ്ക്ക് ആശ്വാസമായി. തീറ്റതേടിയിറങ്ങുമ്പോൾ മക്കളെ നോക്കാൻ ഒരു കിഴവിയെങ്കിലുമുണ്ടല്ലോ. കുഞ്ഞുങ്ങളെ കൂട്ടിനുള്ളിൽ ഭദ്രമാക്കി പുറത്തേക്കിറങ്ങുമ്പോൾ കാക്ക പറയും:

"മക്കളേ സൂക്ഷിക്കണേ, പേടിതോന്നിയാൽ മുത്തശ്ശിയെ വിളിക്കണം."

എന്നിട്ട് മൂങ്ങയോട് പറയും:

"മുത്തശ്ശീ, ഒരു കണ്ണുവേണം. ഉറങ്ങിക്കളയരുത്."

മൂങ്ങമുത്തശ്ശി തലകുലുക്കി, ഒന്നു കണ്ണടച്ചു കാട്ടും.

കാക്കക്കുഞ്ഞുങ്ങൾ വളർന്നു തുടങ്ങി. ഇപ്പോൾ ഇടയ്ക്കിടയ്ക്ക് അവ പുറത്തേക്ക് എത്തിനോക്കും. അതു കാണുമ്പോൾ മൂങ്ങയമ്മൂമ്മയുടെ മുന്നറിയിപ്പുണ്ടാകും:

"മക്കളേ, എപ്പോഴും കൂട്ടിനു പുറത്തേക്ക് എത്തിനോക്കരു

തേ, അമ്മ ഉടനെ എത്തുമല്ലോ."

ഒരു ദിവസം മുത്തശ്ശി മൂങ്ങയ്ക്ക് നല്ല ക്ഷീണം തോന്നി. ഒന്നു കണ്ണടയ്ക്കണമെന്നു തോന്നിയപ്പോൾ കാക്കക്കുഞ്ഞുങ്ങളോട് ഇത്തിരി ഗൗരവത്തോടെ തന്നെ പറഞ്ഞു:

"പിള്ളേരേ, ഞാനൊന്നു കണ്ണടച്ചോട്ടെ, എന്തു ശബ്ദം കേട്ടാലും ആരു വിളിച്ചാലും പുറത്തേക്കു വരരുത്. അമ്മ വരുന്നതുവരെ." കണ്ണടച്ച് മുത്തശ്ശി ഉറക്കം തുടങ്ങി.

മൂങ്ങ മുത്തശ്ശിയുടെ ഉപദേശങ്ങളും താക്കീതുകളുമൊന്നും ഈയിടെയായി കാക്കക്കുഞ്ഞുങ്ങൾക്ക് അത്ര രുചിക്കാറില്ല. 'വെറുതേ ഒന്നെത്തി നോക്കിയാൽ മതി. ഉടനെ ഒരു ഉപദേശം. നോക്കിക്കൂട, മിണ്ടിക്കൂട! ഇന്നു മുഴുവൻ ഉണരാതെ മുത്തശ്ശി ഉറങ്ങട്ടെ!' കാക്കക്കുഞ്ഞുങ്ങൾ മുറുമുറുപ്പോടെ കൂട്ടിനു വെളിയിലേക്ക് വന്നിരിപ്പായി.

പുറത്തെ കാഴ്ചകൾ അവ കണ്ണു തുറന്നു കാണുന്നത് അപ്പോൾ മാത്രം. അവയ്ക്കു രസം തോന്നി. എല്ലാടവും ഒന്നു ചുറ്റിക്കറങ്ങി കാണാൻ കഴിഞ്ഞിരുന്നെങ്കിൽ- അവ കൊതിച്ചു.

ആകാശത്തു റാകിപ്പറന്ന ഒരു ചെമ്പരുന്ത് തക്കം നോക്കി ആലിൻ കൊമ്പത്തു വന്ന് മെല്ലെ ഇരുന്നു. എന്നിട്ട് കാക്കക്കൂടിനടുത്തേക്ക് പതുക്കെ നീങ്ങി. ആ ചന്തമുള്ള വലിയ പക്ഷിയെ കാക്കക്കുഞ്ഞുങ്ങൾ കൗതുകത്തോടെയാണ് നോക്കിയത്. 'ചന്തമുള്ള കാല്, ചന്തമുള്ള കൊക്ക്! ഹായ്... നല്ല രസം!'

മൂങ്ങ മുത്തശ്ശി പറഞ്ഞതൊക്കെ കാക്കക്കുഞ്ഞുങ്ങൾ ആ നിമിഷം മറന്നു. അവ പരുന്തിനെ നോക്കി മിഴിച്ചിരുന്നു.

"പുറത്തൊക്കെ ഒന്നു കറങ്ങേണ്ടേ, ഞാൻ കൊണ്ടുപോകാം. ഒന്നു വട്ടംചുറ്റി വേഗം തിരിച്ചുവരാം. ഞാൻ ഒക്കത്തിരുത്തി പിടിച്ചോളാം... പേടിക്കണ്ട." മധുരമുള്ള ശബ്ദത്തിൽ പരുന്തു പറഞ്ഞു. പറഞ്ഞു തീരാത്ത താമസം കാക്കക്കുഞ്ഞുങ്ങൾ കൊച്ചു ചിറകുകളിളക്കി സമ്മതവും സന്തോഷവും പ്രകടിപ്പിച്ചു.

പരുന്തിന്റെ ചിറകടി കേട്ട് മൂങ്ങ മുത്തശ്ശി ഞെട്ടി ഉണർന്ന് കാക്കക്കൂട്ടിലേക്ക് കണ്ണുമിഴിച്ചു. കൂട് ശൂന്യം. മുത്തശ്ശി ഉറക്കെ

വിളിച്ച് അപകടമറിയിച്ചു. രണ്ടു വയസ്സൻ കാക്കകൾ വേഗം പറന്നെത്തി. അവ ആകുന്നത്ര വേഗത്തിൽ ചെമ്പരുന്തിനെ പിന്തുടർന്നു. ബഹളം കേട്ട് പറന്നെത്തിയ കാക്കത്തൊള്ളായിരം കാക്കപ്പട പരുന്തിനെ വളഞ്ഞു. രക്ഷയില്ലാതായപ്പോൾ പരുന്ത് കാക്കക്കുഞ്ഞുങ്ങളെ താഴേക്കിട്ടു പറപറന്നു.

ഭാഗ്യം! ഒരു വള്ളിപ്പടർപ്പിൽ വീണ കുഞ്ഞുങ്ങൾക്ക് അപകടമൊന്നും പിണഞ്ഞില്ല. ബഹളം കേട്ട് തള്ളക്കാക്കയും സ്ഥലത്തെത്തിയിരുന്നു. എല്ലാവരും കൂടി കാക്കക്കുഞ്ഞുങ്ങളെ ആലിൻകൊമ്പിലെ കൂട്ടിലെത്തിച്ചു.

തളർന്നവശയായ മുത്തശ്ശി മൂങ്ങ കാക്കക്കുഞ്ഞുങ്ങളെ നോക്കിപ്പറഞ്ഞു:

"നിങ്ങളുടെ അമ്മയും ഞാനും പറഞ്ഞത് തീരെ വകവയ്ക്കാതിരുന്നതിന്റെ ഫലം ഇപ്പോൾ മനസ്സിലായോ? മൂത്തോർ വാക്ക് മുതുനെല്ലിക്ക പോലെ ആദ്യം കയ്ക്കും. മധുരിക്കാൻ വൈകും."

ശബ്ദപ്പിശാച്

മുകാലാാാ മുകാബലാാാാ ഓാാാ...

"അച്ഛാ.. ഈ അജിക്കുട്ടൻ.... കണ്ടോ, ടേപ്പ് റിക്കോർഡർ ഉച്ചത്തിലിട്ടു ശബ്ദമുണ്ടാക്കി എന്നെ പഠിക്കാൻ സമ്മതിക്കുന്നില്ല. എനിക്കു നാളെ ഫിസിക്സ് ടെസ്റ്റ് പേപ്പറാണ്." പ്രീഡിഗ്രി ഒന്നാം വർഷക്കാരി അഞ്ജു അച്ഛനോട് അരിശത്തോടെ പരാതി പറഞ്ഞു.

വരാന്തയിൽ സ്വൈരമായിട്ടായിരുന്നു പത്രം വായിക്കുകയായിരുന്ന കൃഷ്ണൻ നായർക്കും മകന്റെ പ്രവൃത്തി അലോസരമുണ്ടാക്കി.

"അജിക്കുട്ടാ ഇങ്ങുവന്നേ." പത്രം മേശപ്പുറത്തുവെച്ച് കൃഷ്ണൻ നായർ മകനെ വിളിച്ചു.

അജിമോൻ ടേപ്പ് റിക്കാർഡർ പെട്ടെന്ന് ഓഫാക്കി വരാന്തയിലേക്കിറങ്ങി. പിറകേ അഞ്ജുവും. ചെറുക്കന് ഞായറാഴ്ച രാവിലെ തന്നെ രണ്ടു വീക്കു കിട്ടുന്നെങ്കിൽ അതൊന്ന് ആഘോഷിക്കണമെന്ന മട്ടിലാണ് ചേച്ചിയുടെ വരവ്.

"മോനെന്തിനാ ഇത്രയും വലിയ ഉച്ചത്തിൽ ടേപ്പ് റിക്കാർഡർ വച്ചത്?"

"അങ്ങേതിലെ ഷാജിച്ചേട്ടൻ ഇതിലും ഉച്ചത്തിലല്ലേ ടേപ്പു വയ്ക്കുന്നത്. പിന്നെ ധുമുക്ക്... ധുമുക്ക്... ധുമുക്കെന്ന് കിടിലൻ

ശബ്ദം കേൾക്കുന്ന രണ്ടു ബോക്സും ഉണ്ടല്ലോ.”

ഏഴാം ക്ലാസുകാരൻ ഷാജിക്കുട്ടന്റെ മറുപടി.

“ശരിയാണച്ഛാ, ഷാജി ടേപ്പ് റിക്കാർഡർ ഓൺ ചെയ്താൽ പിന്നെ കതകും ജനാലകളുമൊക്കെ അടച്ചു പൂട്ടിയിരുന്നാലും ഭൂമി കുലുങ്ങുന്നതുപോലെ തോന്നും.” അഞ്ജുവും അതു ശരി വെച്ചു.

കോഴിക്കോട് കോളേജ് അദ്ധ്യാപകനായ കൃഷ്ണൻ നായർ വല്ലപ്പോഴും അവധിയുള്ളപ്പോൾ മാത്രമാണ് തിരുവനന്തപുരത്തെ വീട്ടിലെത്താറുള്ളത്. അതിനാൽ ഇതൊന്നും ശ്രദ്ധയിൽ പെടാറില്ല. മകന്റെ മറുപടികേട്ട് ഉള്ളിൽ ചിരിയൂറിയെങ്കിലും ഗൗരവം വിടാതെ അദ്ദേഹം ചോദിച്ചു.

“മോനേ, മറ്റുള്ളവർ ചെയ്യുന്നതൊക്കെ കേമത്തമാണെന്നു വിശ്വസിച്ച് നാമും അങ്ങനെയൊക്കെ ചെയ്യുന്നതു ശരിയാണോ? അമിത ശബ്ദത്തിൽ ദോഷഫലങ്ങൾ എത്ര വലുതാണെന്ന് നിങ്ങൾ മനസ്സിലാക്കിയിട്ടുണ്ടോ?”

“എന്താണ്, രാവിലേ അച്ഛനും മക്കളുമായി ഗൗരവമുള്ളൊരു ചർച്ച? വല്ല ഉൽക്കയും വന്നു വീണ് ലോകം നശിക്കുമെന്നോ മറ്റോ പത്രവാർത്തയുണ്ടോ?”

അടുക്കളയിൽനിന്ന് അരങ്ങത്തേക്കു വന്ന മാധവിയമ്മയുടെ ആമുഖം.

“വാർത്തയൊന്നുമില്ലെങ്കിലും നീ ഉൽക്കയുടെ കാര്യം സൂചിപ്പിച്ചതു നന്നായി.”

വീണ്ടും സംഭാഷണം മക്കളോടാക്കി കൃഷ്ണൻ നായർ തുടർന്നു. അമ്മ അടുക്കളയിലേക്കു നടന്നു.

“മോനേ, കുറച്ചുനാൾ മുമ്പ് ഒരു ഉൽക്കയുടെ ഭാഗം ഭൂമിയിലേക്കടർന്നുവീണപ്പോഴുണ്ടായ പ്രകമ്പനം കൊള്ളിക്കുന്ന ശബ്ദം കേട്ട് നീ പേടിച്ചു വിറച്ച് അമ്മയെ കെട്ടിപ്പിടിച്ചത് ഓർമ്മയുണ്ടോ?”

“ശരിയാണച്ഛാ, ഇവൻ പേടിച്ചു അന്നു രാത്രി ഉറങ്ങിയതേയില്ല.” അഞ്ജു അനിയനെ ഒന്നു കളിയാക്കി. അവൻ അവളെ കണ്ണുരുട്ടിക്കാണിച്ചു.

അച്ഛൻ തുടർന്നു:

"പല വീടുകളിലും പൂട്ടിവെച്ചിരുന്ന അലമാരയും ഫ്രിഡ്ജു മൊക്കെതാനേ തുറന്നുവെന്നും ജനാലകളുടെ ചില്ലുപാളികൾ പൊട്ടിച്ചിതറിയെന്നുമൊക്കെ നാം അടുത്ത ദിവസം പത്രത്തിൽ വായിച്ചില്ലേ? എന്നാൽ ഉൽക്കയുടെ ഭാഗങ്ങൾ മുഴുവൻ വീണത് കടലിലും! മറ്റൊരു വസ്തുവും ഒരിടത്തും വന്നു തട്ടിയതുമില്ല. ഉൽക്ക അടർന്നു വീണപ്പോഴുണ്ടായ ശബ്ദമർദ്ദം കൊണ്ടു മാത്ര മാണ് ചില്ലു തകർന്നതും അലമാരയും ഫ്രിഡ്ജുമൊക്കെ താനേ തുറന്നതും.

"ശബ്ദത്തിന് അത്രമാത്രം ശക്തിയുണ്ടോ അച്ഛാ?" അഞ്ജു ഉൽക്കണ്ഠയോടെ ചോദിച്ചു. അത് അജിമോന്റെ മുഖത്തും തെളി ഞ്ഞു.

"അതെ, ശബ്ദത്തിന് കരിങ്കൽ ഭിത്തി തുളച്ചു കടക്കാൻ തക്ക ശക്തിയുണ്ട്. അപ്പോൾ നാം ചിന്തിക്കേണ്ട വിഷയമിതാണ്. അതി ലോലമായ നമ്മുടെ മാംസപേശികൾ ശബ്ദത്തിനൊരു പ്രശ്ന മേയല്ല."

"ശബ്ദം ശരീരത്തിൽ കടന്നു കയറുന്നതുകൊണ്ട് എന്തൊക്കെ ദോഷങ്ങളുണ്ടച്ഛാ?"

"പറയാം, ശ്രദ്ധിച്ചു കേൾക്കണം. ശബ്ദമളക്കുന്ന യൂണിറ്റാണ് ഡെസിബൽ. നിശ്ശബ്ദമെന്നു തോന്നുന്ന ചുറ്റുപാടുകളിൽ പോലും 25 ഡെസിബൽ ശബ്ദതോതുണ്ടാകും. ബസിലെ എയർ ഹോൺ അമർത്തിയാൽ തോത് 120 ഡെസിബലാകും. എയർ ഹോൺ പോലുള്ള അസഹ്യശബ്ദം കാതിനും ശരീരത്തിനും മാത്രമല്ല, മനസ്സിനും ആഘാതമേല്പിക്കും. മനുഷ്യനു താങ്ങാ വുന്ന തോത് പരമാവധി 75 ഡെസിബൽ മാത്രം."

"അച്ഛാ, ഒന്നു ചോദിച്ചോട്ടെ, നമ്മുടെ അമ്പലങ്ങളിലും മറ്റും ഘടിപ്പിച്ചിരിക്കുന്ന കോളാമ്പികളുടെ ശബ്ദമോ?"

മഞ്ജു ഇതു ചോദിക്കുമ്പോൾ അജിമോൻ നിലത്തുറപ്പിച്ചു ചെവിയോർത്തു.

അച്ഛൻ വിശദീകരിച്ചു: "അവയുടെ ഉച്ചത്തിലുള്ള ശബ്ദം ഞര മ്പുകളെ വരിഞ്ഞുമുറുക്കുകയും വിഭ്രാന്തിയുണ്ടാക്കുകയും

ചെയ്യും. പക്ഷേ, അറിവുള്ളവരെന്നു ഭാവിക്കുന്നവർപോലും ഇതൊക്കെ അന്തസ്സായി കരുതി കല്യാണത്തിനും മറ്റു ചടങ്ങുകൾക്കും 'ശബ്ദപ്പിശാചിനെ പണം മുടക്കി വാടകയ്ക്കെടുത്ത് അനാരോഗ്യം വിലയ്ക്കു വാങ്ങുകയല്ലേ."

"അച്ഛാ ഇപ്പോഴാണ് ഒരു കാര്യം ഓർമ്മ വന്നത്. തുടർച്ചയായ സൈറൺ മുഴക്കത്തിൽ എലികൾ കൂട്ടത്തോടെ ചത്തുവീണതായി എവിടെയോ വായിച്ചിട്ടുണ്ട്."

"അതു ശരിതന്നെ. അതിരുകവിഞ്ഞ ശബ്ദത്തിന് എലിയെന്നോ പുലിയെന്നോ രോഗിയെന്നോ ഡോക്ടറെന്നോ ഗർഭിണിയെന്നോ ഗർഭസ്ഥ ശിശുവെന്നോ ഇല്ല ഭേദം. ഹൃദയത്തിനും തലച്ചോറിനുമെന്നുവേണ്ട, ശരീരത്തിന്റെ ഒരു ഭാഗവും ശബ്ദത്തിനന്യമല്ല. ആകട്ടെ ഒരു ചോദ്യമാവാം, രക്തത്തിൽ എത്ര തരം അണുക്കളുണ്ട്?"

"വെളുത്ത രക്താണുക്കളും ചുവന്ന രക്താണുക്കളും."

"വെളുത്ത രക്താണുക്കളുടെ പ്രധാനധർമ്മം?"

"വെളുത്ത രക്താണുക്കളാണ് നമ്മെ രോഗങ്ങളിൽനിന്നു രക്ഷിക്കുന്നത്."

"ശരിയാണ്. എന്നാൽ കഠിനമായ ശബ്ദം ശരീരത്തിലെ വെളുത്ത രക്താണുക്കളെ നശിപ്പിച്ചു കളയുമെന്നു കണ്ടെത്തിയിട്ടുണ്ട്."

"അതേയോ അച്ഛാ!" അഞ്ജു നിമിഷനേരം മൂക്കത്തു വിരൽ വച്ചു നിന്നു. "അപ്പോൾ റേഡിയോയും ടി വിയുമൊക്കെ നമുക്കു ദോഷം വരുത്തുമോ?"

"നിശ്ചിത അളവിൽ കവിഞ്ഞ ഏതു ശബ്ദവും മനുഷ്യന് അസ്വസ്ഥതയും അനാരോഗ്യവും ഉണ്ടാക്കും. റേഡിയോയും ടി വിയും ടേപ്പുറിക്കാർഡറുമൊക്കെ."

"അച്ഛാ, ഞങ്ങളുടെ കോളേജിൽ അടുത്തയാഴ്ച എൻ എസ് എസ് ക്യാമ്പു നടക്കുകയാണ്. മദ്യത്തിനും മയക്കുമരുന്നിനുമെതിരെ, അടുത്തുള്ള ഗ്രാമത്തിൽ ഞങ്ങൾ സ്ക്വാഡ് പ്രവർത്തനം സംഘടിപ്പിച്ചിട്ടുണ്ട്. കൂട്ടത്തിൽ ശബ്ദമലിനീകരണത്തെക്കുറിച്ചുകൂടി ഗ്രാമീണരോടു പറയാൻ ഞാൻ സെക്രട്ട

റിയോടാവശ്യപ്പെടും."

"ഭേഷ്! നല്ല കാര്യം. മയക്കുമരുന്നുപോലെ അമിത ശബ്ദവും മനുഷ്യന് ഹാനികരമായി മാറിക്കൊണ്ടിരിക്കുകയാണ്. യുവജനസംഘടനകൾക്ക് ഇക്കാര്യത്തിൽ വളരെയേറെ ചെയ്യാൻ കഴിയും. ഇത്തരം വിഷയങ്ങൾ സ്കൂൾ തലത്തിൽ തന്നെ പാഠഭാഗങ്ങളായാൽ ഏറെ നന്ന്."

"ഉത്സവങ്ങൾക്കും കവലയോഗങ്ങൾക്കും ഉച്ചഭാഷിണികൊണ്ട് "തോരണം" കെട്ടുന്നവർ ഇതു വല്ലതും അറിയുന്നുണ്ടോ? അല്ലേ അച്ഛാ?"

"മാത്രമോ, വിദ്യുച്ഛക്തിയുടെ 'ഉറവ' അനുദിനം വറ്റിക്കൊണ്ടിരിക്കുന്ന രാജ്യമാണെന്ന കാര്യം വേറെയും. എല്ലാവരും യോജിച്ചാൽ 'ശബ്ദപിശാചിനെ തളച്ചിടാൻ പ്രയാസമൊന്നുമില്ല."

പടകാാാളി... ശങ്കരി... പോർക്കലി..

"അച്ഛാ, ഷാജിമോൻ പരിപാടി ആരംഭിച്ചു. ഇനി കതകും ജനാലകളും അടയ്ക്കുകയേ വഴിയുള്ളൂ."

അജിമോൻ ധൃതിയിൽ മുറ്റത്തിറങ്ങുന്നതു കണ്ട് അച്ഛൻ ചോദിച്ചു: "നീ എങ്ങോട്ടാ?"

"അച്ഛൻ പറഞ്ഞ കാര്യങ്ങളൊക്കെ ഞാൻ ഷാജിച്ചേട്ടനോടു പറയട്ടെ." അവൻ അങ്ങേ വീട്ടിലേക്ക് ഓടി.

"അവൻ കാര്യങ്ങൾ മനസ്സിലാക്കിയിരിക്കുന്നു. അജിമോൻ ഇനി ശല്യം ചെയ്യില്ല. മോളുവാ, അവൻ വരുമ്പോഴേക്ക് നമുക്ക് അമ്മയോട് കാപ്പിയെടുത്തുവയ്ക്കാൻ പറയാം."

വിദ്യതന്നെ ധനം

പണ്ഡിതനെങ്കിലും പവിത്രൻ പരമ ദരിദ്രനായിരുന്നു. അയാൾ കാട്ടിൽ അലഞ്ഞു നടക്കുകയായിരുന്നു. നേരമിരുട്ടി. ഒരു മരച്ചുവട്ടിൽ പവിത്രൻ തോർത്തു നിവർത്തിട്ട് കിടന്നു. നാലു ധനികന്മാരായ സഞ്ചാരികൾ അതുവഴി വന്ന് ആ മരച്ചുവട്ടിൽ ഭാണ്ഡങ്ങളിറക്കി വച്ചു. പവിത്രൻ അവരുടെ സംസാരം ശ്രദ്ധിച്ചു. അവരുടെ നാലുപേരുടെ ഭാണ്ഡങ്ങളിലും വിലപിടിച്ച രത്നങ്ങളുണ്ടെന്ന് അയാൾ മനസ്സിലാക്കി.

പവിത്രൻ പതുക്കെ എണീറ്റ് അവരുടെ അടുത്തെത്തി കുശലം ചോദിച്ചു. പവിത്രന്റെ മധുരമൂറുന്ന ഭാഷണം സഞ്ചാരികളെ വശീകരിച്ചു. പവിത്രൻ മഹാപണ്ഡിതൻ തന്നെയെന്ന് അവർക്കു ബോദ്ധ്യമായി. പിന്നീടുള്ള യാത്രയിൽ ധനികന്മാരായ സഞ്ചാരികൾ പവിത്രനെ ഒപ്പം കൂട്ടി.

ഒരു ദിവസം സന്ധ്യയോടെ ഒരു കാട്ടിനുള്ളിലൂടെ അവർ യാത്ര ചെയ്യുകയായിരുന്നു. നല്ല നിലാവു പരന്നു തുടങ്ങി. പവിത്രൻ പല ഗുണപാഠകഥകളും പറഞ്ഞ് കൂട്ടുകാരെ രസിപ്പിച്ചു. നേരം പാതിരായോടടുത്തപ്പോൾ അവർ ഒരു ഘോര വനത്തിനുള്ളിലായി.

"നില്ക്കവിടെ!"

കുന്തങ്ങളുമായി കുറേ കൊള്ളക്കാർ അവരുടെ മുൻപിൽ

ചാടിവീണു. "ജീവനിൽ കൊതിയുണ്ടെങ്കിൽ ഭാണ്ഡത്തിലുള്ള തൊക്കെ പുറത്തെടുത്തുവച്ച് വേഗം സ്ഥലം വിട്ടോ!"

പവിത്രൻ ഒരു നിമിഷം ചിന്തിച്ചു:

തന്റെ ഭാണ്ഡത്തിൽ വെറും കീറത്തുണികൾ ഇവരുടെ ഭാണ്ഡത്തിൽ വില പിടിച്ച രത്നങ്ങളും. അയാൾ നാലു ധനികന്മാരെയും പുറകോട്ടു തള്ളി മാറ്റിക്കൊണ്ട് കൊള്ളക്കാരോടു പറഞ്ഞു:

"ഇവർ നാലുപേരും എന്റെ ഭൃത്യന്മാരാണ്. ഇവരുടെ ഭാണ്ഡങ്ങളിൽ വെറും പഴന്തുണികളേയുള്ളൂ. എന്റെ ഭാണ്ഡത്തിൽ നിറയെ രത്നങ്ങളുണ്ട്. പക്ഷേ, ഒരു കാര്യം, ദാ... കണ്ടില്ലേ, നല്ല നിലാവ്. ഭാണ്ഡമഴിച്ചാൽ ഭാണ്ഡത്തിലെ രത്നങ്ങളിൽ നിലാവെളിച്ചമേല്ക്കും. ഈ രത്നങ്ങൾക്കൊരു കുഴപ്പമുണ്ട് നിലാവേറ്റാൽ അവ വെറും കല്ലുകളാകും. അതിനാൽ ഇതാ.. ഈ ഭാണ്ഡം നിങ്ങൾ കൊണ്ടുപോവുക. നാളെ പുലരുമ്പോൾ ഭാണ്ഡമഴിച്ച് രത്നങ്ങളെടുത്തു കൊള്ളുക."

"ഇങ്ങോട്ടെടുക്ക്!"

കൊള്ളക്കാർ ആ കീറത്തുണിക്കെട്ടു തിടുക്കത്തിൽ പിടിച്ചു വാങ്ങി കാട്ടിൽ മറഞ്ഞു. ധനികന്മാർ പവിത്രനെ കെട്ടിപ്പുണർന്നു. അവർ പുലർച്ചെ യാത്ര പറഞ്ഞു പിരിഞ്ഞപ്പോൾ പവിത്രന് വില പിടിപ്പുള്ള കുറേ രത്നങ്ങൾ സമ്മാനിച്ചുകൊണ്ടു പറഞ്ഞു: "സ്നേഹിതാ, താങ്കളുടെ അറിവും ബുദ്ധിയുമാണ് ഞങ്ങളുടെ ജീവൻ രക്ഷിച്ചത്. വിദ്യ തന്നെ ധനമെന്ന് താങ്കൾ ഞങ്ങളെ പഠിപ്പിച്ചു."

മെയ്യനങ്ങി പണിതാൽ കൈയനങ്ങി തിന്നാം

പല്ലനെലിയും ചെവിയൻ മുയലും അയല്ക്കാരായിരുന്നു. പല്ലനെലി ദിവസവും മൺവെട്ടിയുമെടുത്ത് പറമ്പിലിറങ്ങി കൃഷി ചെയ്യും. ചെവിയൻ മുയൽ കൂട്ടുകാരുമൊത്ത് കളിച്ചു നടക്കും. പിന്നെ പല്ലനെലിയുടെ പറമ്പിലിറങ്ങി കട്ടുതിന്നു വിശപ്പടക്കും.

ഒരു ദിവസം രാവിലെ പല്ലൻ മൺവെട്ടിയുമെടുത്ത് പറമ്പിലേക്കു നടന്നു. ഒരു മാവിൻ ചുവട്ടിൽ കൂട്ടുകാരെ കാത്തിരിക്കുകയായിരുന്ന ചെവിയൻ പല്ലനെ ഒന്നു കളിയാക്കിക്കൊണ്ട് ചോദിച്ചു:

"ചേട്ടനെങ്ങോട്ടാ... എലിവാണം വിട്ടപോലെ?"

"എനിക്കു പറമ്പിൽ പണിയുണ്ട്. നിനക്ക് വല്ലവന്റേയും വക കട്ടുതിന്നാൻ കിട്ടുന്നുണ്ടല്ലോ. എടാ... ഒന്നോർത്തോ എന്നും ഇങ്ങനെ മെയ്യനങ്ങാതെ തിന്നാൻ കിട്ടിയെന്നു വരില്ല. രണ്ടുകൈ പാടുപെട്ടാലേ ഒരു കൈ വായിൽ പോകൂ."

പല്ലനെലി പറമ്പു കിളച്ച് കപ്പക്കമ്പു നട്ടു. പിന്നെ കുറച്ചു പയറും വിതച്ചു. ചെവിയൻ അടുത്ത പറമ്പിൽ മൂന്നു കമ്പു കുഴിച്ചുവച്ച് കൂട്ടുകാരെ വിളിച്ചു ക്രിക്കറ്റു കളിച്ചു.

കപ്പയും പയറും വിളഞ്ഞപ്പോൾ ചെവിയൻ മുയലും കൂട്ടുകാരും പല്ലന്റെ പറമ്പിൽക്കയറി കട്ടുതിന്ന് വയറു നിറച്ചു.

അടുത്തവർഷം മഴ പെയ്തില്ല. പല്ലൻ പറമ്പിൽ കൃഷിയിറ

ക്കിയതുമില്ല. ചെവിയൻ മുയലും കൂട്ടുകാരും ഇപ്പോൾ ക്രിക്കറ്റു കളിക്കാൻ കൂടാറില്ല. വയറ്റിൽ വല്ലതും ചെന്നിട്ടു വേണ്ടേ എണീറ്റു നിന്ന് രണ്ട് റൺസ് എടുക്കാൻ.

ചെവിയൻ മുയൽ കൂട്ടുകാരോടു പറഞ്ഞു. "പല്ലൻ ചേട്ടനും കുടുംബവും പട്ടിണി കിടന്നു ചത്തിട്ടുണ്ടാകും നമുക്ക് അങ്ങോട്ടൊന്നു ചെല്ലാം." അവർ അങ്ങോട്ടു നടന്നു.

അവർ വീട്ടുമുറ്റത്തെത്തിയപ്പോൾ പല്ലനെലിയും ഭാര്യയും മക്കളുമായി സന്തോഷത്തോടെ ഒരു വലിയ പാത്രത്തിൽ ഉണക്കി പുഴുങ്ങിയ കപ്പയും പയറുമൊക്കെ പങ്കുവച്ച് തിന്നുകയായിരുന്നു. വായിലൂറിയ വെള്ളമിറക്കാൻ പോലും ശക്തിയില്ലാതെ ചെവിയൻ വിളിച്ചു. "പല്ലൻ ചേട്ടാ."

പല്ലൻ ചിറി നക്കിക്കൊണ്ട് തിരിഞ്ഞു നോക്കി.

"ഞങ്ങൾക്കും കൂടി വല്ലതും... വിശന്നു ചാകാറായി."

"എന്താ, പറമ്പിൽ നിന്ന് കട്ടുതിന്നു മടുത്തോ?" എല്ലാരും തലകുനിച്ച് നിന്നപ്പോൾ പല്ലനെലി പറഞ്ഞു:

"എടാ, ഒരുതവണ കൃഷിയിറക്കാൻ പറ്റിയില്ലെങ്കിലും പല്ലന്റെ വീട് പട്ടിണിയാവൂല്ല. കിട്ടുമ്പോൾ കുറേ കരുതിവയ്ക്കും. ചുമ്മാ കളിച്ചു നടക്കുമ്പം കുറച്ചുനേരം മണ്ണിലും പണിചെയ്തു വല്ലതും കുഴിച്ചു വയ്ക്ക്. മെയ്യനങ്ങി പണി ചെയ്താൽ കൈയനങ്ങി തിന്നാം."

എല്ലാരും നാണിച്ചു തല താഴ്ത്തി നിന്നപ്പോൾ പല്ലനെലി അകത്തുചെന്ന് ഒരു പാത്രം നിറയെ വേകിച്ച ഉണക്കക്കപ്പയും പയറും കൊണ്ടുവന്ന് അവർക്കു നീട്ടി.

അടുത്ത മഴക്കാലത്ത് ചെവിയൻ മുയലും കൂട്ടുകാരും പറമ്പിൽ കപ്പയും പയറും വിതച്ചു.

വിയർപ്പുമുത്തുകൾ

സുധർമ്മൻ ഒരു പാവപ്പെട്ട കൃഷിക്കാരനായിരുന്നു. തന്റെ ചെറിയ വയലിൽ എല്ലുമുറിയെ പണി ചെയ്ത് ധാന്യങ്ങൾ വിളയിച്ച് ഭാര്യയും മക്കളുമൊപ്പം പട്ടിണി കൂടാതെ കഴിഞ്ഞുവന്നു.

സുധർമ്മന്റെ വയൽക്കരയിൽ ഒരു സർപ്പക്കാവുണ്ടായിരുന്നു. ദിവസവും അവിടെ പൂജ ചെയ്തശേഷമേ അയാൾ പാടത്തിറങ്ങി പണി ചെയ്തിരുന്നുള്ളൂ. ആ സർപ്പക്കാവിലെ നാഗദേവന്റെ അനുഗ്രഹത്താലാണ് തനിക്ക് നല്ല വിളവു കിട്ടുന്നതെന്ന് അയാൾ വിശ്വസിച്ചു.

സുധർമ്മന്റെ കഠിനാദ്ധ്വാനത്തിലും നാഗപൂജയിലും പ്രീതനായ സർപ്പദേവൻ ഒരുദിവസം മാളത്തിനു പുറത്തെത്തി. അയാൾ കൊണ്ടു വച്ച പൂജാപാത്രത്തിൽ ഒരു രത്നക്കല്ല് വച്ചുകൊടുത്തിട്ടു പറഞ്ഞു. “ഇതെടുത്തോളൂ.” നാഗം മാളത്തിലേക്കു മറഞ്ഞു. സുധർമ്മൻ രത്നക്കല്ലുമായി വീട്ടിലെത്തി. ഭാര്യക്കു വളരെ സന്തോഷമായി അവൾ ആ കല്ല് വാങ്ങി പെട്ടിയിൽ കൊണ്ടുവച്ചു പൂട്ടി.

സുധർമ്മൻ അടുത്ത ദിവസവും പൂജാ ദ്രവ്യങ്ങളുമായി വയൽക്കരയിലെ കാവിലെത്തി. അന്നും കിട്ടി ഒരു സ്വർണ്ണമുത്ത്. സുധർമ്മൻ പൂജ തുടർന്നു. അയാളുടെ വീട്ടിൽ രത്നക്കല്ലുകൾ കുന്നുകൂടി. സമ്പന്നനായി മാറിയ അയാൾ ക്രമേണ

കൃഷിയൊക്കെ മതിയാക്കി. മതിയാക്കണമെന്നയാൾ തീരുമാനിച്ചതല്ല. ഇനിയും വയലിൽ പണിക്കുപോകുന്നതു കുറച്ചിലാണെന്നു ഭാര്യ അഭിപ്രായപ്പെട്ടു പോകരുതെന്നു വിലക്കുകയും ചെയ്തു. എങ്കിലും സർപ്പപൂജയ്ക്ക് അയാൾ മുടക്കമൊന്നും വരുത്തിയില്ല. പൂജയ്ക്കു പ്രതിഫലമായി രത്നക്കല്ലു സമ്മാനിക്കാൻ സർപ്പവും മറന്നില്ല.

കുറേ രത്നങ്ങൾ നാട്ടിലെ പട്ടിണി മാറ്റാനും മറ്റുമായി ദാനം ചെയ്യാമെന്ന സുധർമ്മന്റെ അഭിപ്രായത്തെ ഭാര്യ പുച്ഛിച്ചുതള്ളി. “ദൈവം കനിഞ്ഞു നല്കുന്നത് മറ്റുള്ളവർക്കു വെറുതെ കൊടുക്കാനല്ല” എന്നായിരുന്നു ഭാര്യയുടെ ന്യായം.

ഒരുദിവസം സുധർമ്മന് അസുഖം ബാധിച്ചു. രാവിലെ എണീക്കാൻ പോലും വയ്യാതായി. അന്നത്തെ സർപ്പപൂജ മുടങ്ങുമെന്നോർത്തപ്പോൾ അയാൾക്കു ദുഃഖമായി. അന്നത്തെ പൂജ താൻ ചെന്നു നടത്തിക്കൊള്ളാമെന്നായി ഭാര്യ. അവൾ പൂജാദ്രവ്യങ്ങളുമായി വയൽക്കരയിലെ സർപ്പക്കാവിലെത്തി. ഒരു മൺവെട്ടിയുമായി നടന്നടുക്കുന്ന സുധർമ്മന്റെ ഭാര്യയെക്കണ്ട് വളരെക്കാലമായി തരിശു കിടന്നിരുന്ന വയൽ ഒന്നു കണ്ണുചിമ്മി, വയൽ സന്തോഷിച്ചു. സുധർമ്മന്റെ ഭാര്യ കൃഷി ചെയ്യാനൊരുമ്പെട്ടു വന്നിരിക്കുന്നുവെന്നാണ് വയൽ കരുതിയത്.

സുധർമ്മന്റെ ഭാര്യ മനസ്സിൽ കരുതി വന്നതു മറ്റൊന്നാണ്. സർപ്പപൂജ ഇന്നത്തോടെ തീർക്കണം. സർപ്പത്തിന്റെ മാളം വെട്ടിപ്പൊളിച്ച് സർപ്പങ്ങളെ ഓടിച്ച് അവിടെയുള്ള മുഴുവൻ രത്നങ്ങളും തൂത്തുവാരി എടുക്കണം. മിനക്കെട്ട ഒരു പൂജയ്ക്കായി എന്നും വരാൻ വയ്യ.

അവൾ പൂജാദ്രവ്യങ്ങൾ സർപ്പത്തിന്റെ മാളത്തിനു വെളിയിൽവച്ചു. സർപ്പദേവൻ പുറത്തുവന്നു. പൂജാപാത്രത്തിൽ പതിവുപോലെ ഒരു രത്നക്കല്ലു ഇട്ടശേഷം മാളത്തിലേക്കു മറഞ്ഞു. സമയം കളയാതെ സുധർമ്മന്റെ ഭാര്യ മൺവെട്ടികൊണ്ട് മാളം വെട്ടിപ്പൊളിച്ചു തുടങ്ങി. സർപ്പങ്ങൾ പുറത്തേക്കു ചാടി. അവയെ വിരട്ടിയോടിക്കാൻ ശ്രമിച്ച അവളെ സർപ്പങ്ങൾ വളഞ്ഞു. അവൾ എല്ലാം വലിച്ചെറിഞ്ഞ് ജീവനും കൊണ്ടോടി. വീടിനടുത്തെത്താ

റായപ്പോൾ ഒന്നു തിരിഞ്ഞു നോക്കി. ഭാഗ്യം പുറകേ സർപ്പങ്ങളില്ല. നാളെത്തൊട്ട് രത്നക്കല്ലുകൾ കിട്ടിയില്ലെങ്കിലും കുഴപ്പമില്ല. വീട്ടിൽ കുന്നുകൂട്ടിയിരിക്കുന്നതു തന്നെ എന്തു ചെയ്തു തീർക്കാൻ. അവൾ ഓടിക്കിതച്ച് രത്നക്കല്ലുകൾ കൂട്ടിയിരുന്ന മുറിക്കരികിലെത്തി. മടിക്കുത്തിൽ സൂക്ഷിച്ചിരുന്ന അന്നത്തെ രത്നക്കല്ല് മറ്റു കല്ലുകൾക്കൊപ്പം ഇടാനായി അവൾ കൈയിലെടുത്തു. അത്ഭുതം! അതൊരു വെള്ളാരം കല്ല്! അവൾ തിടുക്കപ്പെട്ട് മുറിതുറന്നു മുറിക്കുള്ളിലെ രത്നക്കല്ലുകൾ ആർത്തിയോടെ വാരിയെടുത്തു പരിശോധിച്ചു. എല്ലാം വെള്ളാരം കല്ലുകൾ!

അടുത്ത ദിവസം രാവിലെ മൺവെട്ടിയുമായി വയൽക്കരയിലെത്തിയ സുധർമ്മനോട് തരിശുനിലം പറഞ്ഞു. “സ്നേഹിതാ, വിയർപ്പുമുത്തുകളുടെ തിളക്കംമാത്രം ഒരിക്കലും മങ്ങിപ്പോവില്ലെന്നറിയുക.”

സമ്പത്തിന്റെ തൊപ്പി

ചന്ദ്രവർമ്മൻ ഒരു കോടീശ്വരനായിരുന്നു. എങ്കിലും അയാൾ അറിഞ്ഞുകൊണ്ട് ഒരു ചില്ലി നാണയം പോലും ആർക്കും ദാനം നല്കിയിരുന്നില്ല. അയാളുടെ അയല്ക്കാരൻ ചെറിയ കണ്ണൻ പരമദരിദ്രനായ ഒരു മുക്കുവനായിരുന്നു. മിക്ക ദിവസങ്ങളിലും അയാളും കുടുംബവും പട്ടിണിയിലായിരുന്നു. ചന്ദ്രവർമ്മൻ അയാളെ സഹായിക്കാനൊന്നും മിനക്കെട്ടില്ല.

ഒരു ദിവസം ഒരു കൈനോട്ടക്കാരൻ ചന്ദ്രവർമ്മനെ സമീപിച്ചു പറഞ്ഞു: "യജമാനനേ, കൈനോക്കി ഫലം പറയാം." ഭാവി ഫലമറിയാൻ താല്പര്യമുണ്ടെങ്കിലും അതിനു വേണ്ടി വല്ലതുമൊരു ദക്ഷിണ കളയാൻ ആ പിശുക്കൻ പണക്കാരനു മനസ്സുവന്നില്ല. "മുഖലക്ഷണം വല്ലതും പറഞ്ഞേച്ചു പൊയ്ക്കോ." ചന്ദ്രവർമ്മൻ വെറുതെ പറഞ്ഞതല്ല, മുഖലക്ഷണം പറയാൻ ദക്ഷിണ വേണ്ട.

എന്തായാലും കൈനോട്ടക്കാരൻ ചന്ദ്രവർമ്മന്റെ മുഖത്തെ ചുളിവും വടിവുകളും നോക്കി കണക്കു കൂട്ടി പറഞ്ഞു: "യജമാനൻ കേട്ടോളൂ. ഒരാഴ്ചയ്ക്കകം അങ്ങയുടെ ധനവും സമ്പത്തുമൊക്കെ ഒന്നാകെ നഷ്ടപ്പെടും. അതൊക്കെ അയൽപക്കക്കാരന്റെ കൈയിലെത്തും!" ചന്ദ്രവർമ്മൻ കലിതുള്ളിക്കൊണ്ട് ഒരു വടി കൈയിലെടുത്ത് കൈനോട്ടക്കാരനെ തല്ലിയോടിച്ചു.

ദക്ഷിണ കിട്ടാത്തതിന്റെ ദേഷ്യത്തിൽ അയാൾ ചുമ്മാ വിളിച്ചു പറഞ്ഞതായിരിക്കുമെന്ന് ചന്ദ്രവർമ്മൻ ആദ്യം സമാധാനിച്ചെങ്കിലും ഒരുപക്ഷേ, പറഞ്ഞതുപോലെ സംഭവിച്ചാലോ എന്ന ചിന്ത അയാളെ വല്ലാതെ ഉലച്ചു.

തന്റെ സമ്പാദ്യം നഷ്ടപ്പെടുന്നതോ പോട്ടെ അതൊക്കെ പരമദരിദ്രവാസിയായ അയല്ക്കാരനു കിട്ടുന്നതെങ്ങനെ സഹിക്കും. ഒരു കരുതൽ കൂടിയേ തീരൂ.

ചന്ദ്രവർമ്മൻ തന്റെ സ്വത്തുക്കൾ മുഴുവൻ വിറ്റു. കൈയിലുണ്ടായിരുന്ന ധനവും ചേർത്ത് വലിയൊരു തുകയായി അതുകൊണ്ട് അയാൾ ഒരു അമൂല്യ രത്നം വാങ്ങി തൊപ്പിക്കുള്ളിൽ സൂക്ഷിച്ചു. പിന്നെ തൊപ്പിയും തലയിൽവച്ചു നടന്നു.

ഒരു ദിവസം ഒരു തോണിയിൽ യാത്രചെയ്യവേ തൊപ്പി കാറ്റത്തിളകി പുഴയിൽ വീണു. “അയ്യോ! എല്ലാം പോയേ..” എന്നു നിലവിളിച്ചു ചന്ദ്രവർമ്മൻ കൂടെച്ചാടി. നീന്തലറിയാത്ത അയാൾ മുങ്ങിത്താണു. തൊപ്പി ഒഴുകി നടന്നു. മത്സ്യങ്ങൾ അതു കൊത്തിപ്പറിച്ചു. അതിനകത്തിരുന്ന അമൂല്യ രത്നം ഒരു കൂറ്റൻ മത്സ്യത്തിന്റെ വയറ്റിനുള്ളിലുമായി. പുഴയിൽ ഒരു ഭാഗത്ത് വല വീശിയ ചെറിയ കണ്ണന്റെ വലയിൽ ആ മത്സ്യം പെട്ടു. ചെറിയ കണ്ണൻ വീട്ടിലെത്തി മത്സ്യം മുറിച്ചപ്പോൾ വെട്ടിത്തിളങ്ങുന്ന രത്നം കണ്ട് അയാൾ തുള്ളിച്ചാടി.

അയാൾ ധനികനായി ജീവിക്കുമ്പോഴും തന്നെ ധനികനാക്കിയ രത്നത്തിന്റെ കഥ അയാൾ അറിഞ്ഞതേയില്ല! സമ്പത്തിന്റെയും ഭാഗ്യത്തിന്റെയും തൊപ്പി എപ്പോൾ തല മാറിപ്പോകുമെന്നാർക്കറിയാം.!

കരിനാക്കൻ

"**അ**യാൾക്കു കരിനാക്കുണ്ട്; പറഞ്ഞാൽ ഫലിക്കും. നാക്കു വളച്ചാ പോക്കുമുതൽ" എന്നു ചിലരെക്കുറിച്ച് പറയാറില്ലേ. അത്തരത്തിൽ 'കരിനാക്കു' ദോഷം ബാധിച്ച ഒരു കാരണവരുടെ കഥ പറയാം. കേട്ടോളൂ.

കരിനാക്കൻ!

അവിവാഹിതനായിരുന്നു പപ്പുക്കാരണവർ. കാച്ചാണിദേശത്തു ജനിച്ച കാരണവർക്ക് വിവാഹാലോചന നടത്താതെയല്ല; 'നാക്കുദോഷം' നാട്ടിൽ പാട്ടായതു കാരണം ആ ദേശത്തോ അടുത്ത ദേശത്തോ ഒരാലോചനയും ഉറച്ചില്ല.

ഏഴു സഹോദരിമാരുടെ വീടുകളിൽ കാരണവർ മാറി മാറി താമസിച്ചു കാലം കഴിച്ചു.

കാരണവർ പടികടന്നു വന്നാൽ മടക്കയാത്രയായാലേ വീട്ടുകാരുടെ നെഞ്ചിടിപ്പ് അടങ്ങൂ! അതിനിടയിൽ എന്തിന്റെയെങ്കിലും പുറത്ത് കാരണവരുടെ 'നാക്കുതൊട്ടാൽ' പിന്നെ അക്കാര്യം നോക്കണ്ട!

ഒരിക്കൽ കാരണവരുടെ ഒരു സഹോദരിയുടെ വീട്ടിലെ കറാച്ചിപ്പശു പ്രസവിച്ചു. കാരണവരുടെ സന്ദർശനം എപ്പോഴുമാകാമെന്നതിനാൽ സമൃദ്ധമായ അകിടും കാമ്പുകളുമുണ്ടായിരുന്ന

പശുവിനെ, ഒരു മുൻകരുതലെന്നോണം പുറത്തു കാണാതെ തൊഴുത്തിന്റെ മുൻഭാഗം നല്ലപോലെ ഓലവച്ചു മറച്ചു.

ഭയപ്പെട്ടിരുന്നതുപോലെ കാരണവർ കടന്നുവന്നു. മുറ്റത്തു നിന്നിരുന്ന സഹോദരിയുടെ നെഞ്ചൊന്നു കാളി! കാളുക്കാരണവരുടെ കണ്ണ് തൊഴുത്തിൽ മറച്ചുകെട്ടിയിരുന്ന ഭാഗത്തേക്കു തന്നെ തിരിഞ്ഞു. വല്ലതും നാക്കുവളയ്ക്കുന്നതിനു മുൻപ് കാരണവരുടെ ശ്രദ്ധ തിരിക്കാൻ സഹോദരി പറഞ്ഞു.

"അണ്ണൻ വരണം, മുറുക്കാനെടുക്കാം." അതു കേൾക്കാത്ത മട്ടിൽ കാരണവർ അന്വേഷിച്ചു:

"പശു പ്രസവിച്ചു കഴിഞ്ഞു അല്ലേ?"

മറ്റെന്തെങ്കിലും കൂടി ആ നാക്കിൽ ഉദിക്കുന്നതിനുമുമ്പ് സഹോദരി കൂട്ടിച്ചേർത്തു.

"പ്രസവമടുത്തപ്പോൾ പശു എല്ലും തോലുമായി, അകിടു പറ്റെ വറ്റി. പാല് തുള്ളി കിട്ടുന്ന ലക്ഷണമില്ല."

ഇതിനിടയിൽ കൊഴുത്ത് നല്ല മേനിയുള്ള പശുക്കിടാവ് വാലിളക്കിക്കളിച്ചു തുള്ളിച്ചാടി പുറത്തേക്കിറങ്ങിയത് കാരണവരുടെ കണ്ണിൽപ്പെട്ടു. കാരണവർ ഉടനേ നാക്കുവളച്ചു:

"സാരമില്ലെടീ, ഈ പശുക്കുട്ടിയെ നേരെ ചൊവ്വേ വളർത്തിയാൽ നിന്റെ നഷ്ടം തീരും; നല്ല ലക്ഷണമൊത്ത കുട്ടി!" തുള്ളിക്കളിച്ചു നിന്ന പശുക്കിടാവ് തലകുത്തി വീണ് കാലുകൾ നിവർത്തി വായ് പിളർന്നു; അത്രതന്നെ!

പിന്നീടൊരിക്കൽ കാരണവർ മറ്റൊരു സഹോദരിയുടെ വീട്ടിലെത്തി. നായാട്ടിൽ കമ്പക്കാരനായ മൂത്ത അനന്തരവൻ കൂട്ടുകാരോടൊപ്പം തോക്കുമിനുക്കി വെടി പറഞ്ഞിരിക്കുകയായിരുന്നു. കാരണവരെ കണ്ടതും എല്ലാവരും എണീറ്റു.

"എന്താ ഇന്നു നായാട്ടിനുള്ള തയ്യാറെടുപ്പാണെന്നു തോന്നുന്നല്ലോ?" കയറിച്ചെന്ന പാടേ കാരണവർ തിരക്കി.

നായാട്ടിൽ അതിസമർത്ഥന്മാരായ ചിലർ അക്കൂട്ടത്തിലുണ്ടെന്ന കാര്യം കാരണവർക്ക് അറിയാമെന്നുള്ളതുകൊണ്ട് അവരെക്കുറിച്ചെന്തെങ്കിലും നാക്കിൽ തൊടുത്തുകളയുന്നതിനു മുൻപ് അനന്തരവൻ നാണുനായർ പെട്ടെന്നു പറഞ്ഞൊപ്പിച്ചു.

"കേശവപിള്ളയ്ക്കാണെങ്കിൽ കാൽമുട്ടിനു നീര്, ചെല്ലപ്പനു കൈവേദന, പിന്നെ വെറുതെ സമയം പോക്കാമെന്നേ ഉള്ളൂ."

വരാന്തയുടെ മൂലയിൽ ചങ്ങലയിൽ കെട്ടിയിരുന്ന 'സോമു' എന്ന സമർത്ഥനായ വേട്ടപ്പട്ടി അപ്പോഴാണ് കാരണവരുടെ കണ്ണിൽപ്പെട്ടത്.

"എന്തിനാ കുട്ടികളേ, നൂറാള്, നമ്മുടെ സോമു ഒരുത്തൻ മാത്രം പോരേ?"

കാരണവർ നാക്കുറപ്പിച്ചു വച്ചു!

മരുമകൻ ഒരു ഞെട്ടലോടെ പപ്പുക്കാരണവരെ നോക്കി. താൻ അത്രത്തോളം സ്നേഹിച്ചു വളർത്തുന്ന സമർത്ഥനായ വേട്ടപ്പട്ടിയാണ് സോമു.

കാരണവരുടെ കണ്ണുവെട്ടിച്ചാണ് എല്ലാവരും അന്നു നായാട്ടിനിറങ്ങിയത്. നാണുനായർ, സോമുവിനെ ചങ്ങലയഴിച്ച് അവന്റെ കഴുത്തിലെ തുകൽ ബെൽറ്റും അതോടൊപ്പം കെട്ടിയിരുന്ന ചെറിയ ചിലങ്കയും ഇറുകെ കെട്ടി, അവനെ വാത്സല്യത്തോടെ ഒന്നു തഴുകി.

നായാട്ടിനായി എല്ലാവരും സമീപത്തുള്ള കാട്ടിലെത്തി. ആൾക്കാർ കാടിളക്കി. ഒരു കാട്ടുപന്നി എവിടെനിന്നോ പുറത്തുചാടി, സമീപത്തെ പൊന്തയ്ക്കുള്ളിൽ ഒളിച്ചു. സോമു ചിലങ്ക കിലുക്കി മണം പിടിച്ച് പന്നിയെ പുറത്തു ചാടിക്കാൻ പൊന്തയ്ക്കുള്ളിൽ കുതിച്ചു കയറി.

എല്ലാവരും കാതും കണ്ണും കൂർപ്പിച്ചു നിന്നു. "ഇതാ... പന്നി; വച്ചോ വെടി... 'ഠേഠോഠാഠാ!'

കേശവപിള്ളയുടെ മുന്നറിയിപ്പു കേട്ടതും നാണുനായർ നിറയൊഴിച്ചതും ഒരുമിച്ച്!

"അയ്യോ...! ചതിച്ചോ! എന്റെ സോമൂ..!"

വെടി കൊണ്ടതു സോമുവിന്റെ ചെകിട്ടത്ത്! സോമു വല്ലാത്തൊരു മോങ്ങലോടെ നാണുനായരുടെ മുന്നിലേക്കു വന്നു വീണു. ദയനീയമായി അയാളെ ഒന്നു നോക്കി. പിന്നെ വായ് പിളർന്നു! നാണുനായർ തോക്കു താഴെയിട്ട് തളർന്നിരുന്നു പോയി! പിന്നെ വാവിട്ടു കരഞ്ഞു.

പൊന്തയ്ക്കുള്ളിലെ തെരച്ചിലിലും മറിച്ചിലിലും സോമുവിന്റെ തുകൽ ബെൽറ്റും ചിലങ്കയും അറ്റുപോയിരുന്നു. പന്നി, വേട്ടക്കാരുടെ കണ്ണുവെട്ടിച്ച് മറ്റൊരു പൊന്തയിലേക്ക് വലിഞ്ഞുകളഞ്ഞു. സോമു പന്നിയെക്കാണാതെ പുറത്തു ചാടിയപ്പോൾ ചിലങ്കശബ്ദം കേൾക്കാതിരുന്നതിനാൽ, പന്നിയാണെന്നു കരുതി നിറയൊഴിക്കുകയായിരുന്നു! വീട്ടിലെത്തിയ നാണുനായർ തോക്ക് മൂലയിൽ ചാരി. പിന്നീടത് തൊട്ടിട്ടേയില്ല.

ഒക്കെ പപ്പുക്കാരണവരുടെ കരിനാക്കു ദോഷമത്രേ!

നിത്യജീവിതത്തിലെ സംഭാഷണമുഹൂർത്തങ്ങളിൽ എല്ലാവരുടെ നാവിൻതുമ്പിലും പുരളാറില്ലേ 'കരി'യും 'കല്ക്കണ്ട'വും? പപ്പുക്കാരണവരുടെ നാവിൽ കരി മാത്രമോ? ആർക്കറിയാം!

എന്നാൽ ഒന്നുണ്ട്:

കഥാവശേഷനായ കാരണവർ ഇന്നും ജീവിക്കുന്നു; കഥയിലൂടെ!

നന്ദിയുള്ള രാജാവ്

ഒരിക്കൽ ധർമ്മപാലൻ എന്ന രാജാവ് യുദ്ധത്തിൽ തോറ്റ് ശത്രുക്കളുടെ പിടിയിൽപെടാതെ തന്റെ കുതിരപ്പുറത്തു കയറി പാഞ്ഞു പോകുന്നതിനിടയിൽ കുതിര തളർന്നുപോയതിനാൽ ഗുണവർമ്മൻ എന്ന ഗ്രാമീണന്റെ വീട്ടുമുറ്റത്തേക്ക് കുതിരയെ ഒതുക്കി നിർത്തി.

കുതിരപ്പുറത്തു നിന്നിറങ്ങിയ രാജാവിനെ ഗുണവർമ്മൻ പരിഭ്രമത്തോടെ നോക്കി. ആൾ ഒരു രാജകുമാരനോ രാജാവോ ആണെന്ന് മുഖത്തെ തേജസ്സ് കണ്ട് ഗുണവർമ്മൻ ഊഹിച്ചു. അദ്ദേഹം ഏതോ ആപത്തിൽ പെട്ടിരിക്കുകയാണെന്ന് മുഖഭാവം വ്യക്തമാക്കി.

"അങ്ങ് ആരാണ്?"

"ഞാൻ ഈ രാജ്യം വാഴുന്ന ധർമ്മപാലൻ എന്ന രാജാവാണ്."

ഗുണവർമ്മൻ രാജാവിനെ നമസ്കരിച്ചു.

രാജാവ് പറഞ്ഞു: "ഞാൻ യുദ്ധത്തിൽ തോറ്റു. ശത്രുക്കൾ പിറകേയുണ്ട്. കുതിരയെങ്ങാനും അവരുടെ കണ്ണിൽപ്പെട്ടാൽ ഞാൻ പിടിക്കപ്പെടും."

ഗുണവർമ്മൻ തിടുക്കത്തിൽ കുതിരയെ തന്റെ വീടിനു പിൻഭാഗത്ത് കൊണ്ടുപോയി ഒളിപ്പിച്ചു. രാജാവിനെ വീടിനക

ത്തേക്കു കൂട്ടിക്കൊണ്ടുപോയി വേണ്ട വിധത്തിൽ സൽക്കരിച്ച് ഭക്ഷണപാനീയങ്ങൾ നല്കി. ശത്രുസേന അവിടെയൊക്കെ ചുറ്റി ക്കറങ്ങി മടങ്ങിപ്പോയി.

രാജാവ് അന്ന് ഗുണവർമ്മന്റെ വീട്ടിൽ താമസിച്ചു. അടുത്ത ദിവസം രാവിലെ അദ്ദേഹം കൊട്ടാരത്തിലേക്കു പുറപ്പെടാനൊ രുങ്ങി. ഗുണവർമ്മൻ രാജാവിനെ തൊഴുതു നിന്നു.

“ഗുണവർമ്മാ, നീ ചെയ്ത ഉപകാരം വളരെ വലുതാണ്. നിന്റെ രാജ്യം വാഴുന്ന രാജാവിന്റെ ജീവനെയാണ് നീ രക്ഷിച്ച ത്. ഞാൻ എന്നും നിന്നോടു കടപ്പെട്ടിരിക്കും. ഒരു ദിവസം കൊട്ടാ രത്തിലേക്കു വരിക.” രാജാവ് കുതിരപ്പുറത്തു കയറി യാത്രയാ യി.

ദിവസങ്ങൾ കുറേ ചെന്നു. തന്റെ ജീവൻ രക്ഷിച്ച ആ ഗ്രാമീ ണനെ കാണാൻ രാജാവ് കാത്തിരിക്കുകയായിരുന്നു. അയാൾ വന്നില്ല. ഒടുവിൽ രാജാവിനൊരു യുക്തി തോന്നി; ഗുണ വർമ്മന്റെ ഗ്രാമത്തിലുള്ളവർക്കു മാത്രം ഒരു നികുതി വർദ്ധന നടപ്പാക്കി. പരാതിയുമായി ഗുണവർമ്മൻ എത്തിച്ചേരുമെന്നാണ് രാജാവ് കരുതിയത്. പക്ഷേ, ഗുണവർമ്മൻ വന്നില്ല. രാജാവ് ആ ഗ്രാമത്തിലെ നികുതി വീണ്ടും ഇരട്ടിയാക്കി.

ഗുണവർമ്മൻ രാജാവിന്റെ ജീവൻ രക്ഷിച്ച കഥയൊക്കെ അറിയാവുന്ന ഗ്രാമീണർ ഗുണവർമ്മന്റെ വീട്ടിൽ ഒത്തുകൂടി. രാജാവിനെ ചെന്ന് കണ്ട് സങ്കടം പറയാൻ അവർ ഗുണവർമ്മ നോടപേക്ഷിച്ചു.

കൈയിൽ ഒരു പൊതിയുമായി കൊട്ടാരവാതിൽക്കൽ എത്തിയ ഗുണവർമ്മനെ ദ്വാരപാലകർ അകത്തേക്കു കടത്തി വിട്ടില്ല. ഒടുവിൽ ഗുണവർമ്മൻ എന്നൊരു ഗ്രാമീണൻ തന്നെ കാണാനെത്തി കാത്തുനില്ക്കുന്ന വിവരം രാജാവറിഞ്ഞു. ധർമ്മ പാലൻ രാജാവ് സിംഹാസനം വിട്ടിറങ്ങിച്ചെന്ന് ഗുണവർമ്മനെ കെട്ടിപ്പിടിച്ച് കൊട്ടാരത്തിലേക്കു കൂട്ടിക്കൊണ്ടു പോയി. അയാൾ കൊണ്ടു വന്ന മലർപ്പൊടി പ്രസാദം പോലെ രാജാവ് ഭക്ഷിച്ചു. തന്റെ രാജ്ഞിക്കും കൊട്ടാരത്തിലെ അന്തേവാസികൾക്കും രാജാ വുതന്നെ അതു പങ്കുവച്ചു.

ഒരു സാധാരണ ഗ്രാമവാസിയെ രാജാവ് ഇത്രയധികം ബഹുമാനിക്കുന്നത് കണ്ട് മന്ത്രിയും മറ്റുള്ളവരും വായ് പൊളിച്ചു നില്ക്കേ ധർമ്മപാലൻ രാജാവ് പറഞ്ഞു:

“നിങ്ങളുടെ ധർമ്മപാല രാജാവ് ഇപ്പോഴും ജീവനോടെ സിംഹാസനത്തിലിരിക്കുന്നത് ഈ ഗുണവർമ്മൻ, ഒരിക്കൽ എന്റെ ജീവൻ രക്ഷിച്ചതിനാലാണ്.”

എല്ലാവരും ഗുണവർമ്മനെ നമസ്കരിച്ചു.

രാജാവ് ഗുണവർമ്മന്റെ ഗ്രാമത്തിലെ നികുതികളൊക്കെ പിൻവലിച്ചു. ഗുണവർമ്മനെ ഖജനാവിന്റെ ചുമതലക്കാരനായി നിയമിച്ചു.

അത്യാഗ്രഹിയുടെ മര്യാദ

ഒരിടത്ത് ശംഭുലാൽ എന്നു പേരായി സമ്പന്നനും എന്നാൽ അത്യാഗ്രഹിയും അറുപിശുക്കനുമായ ഒരു പ്രഭു ഉണ്ടായിരുന്നു. വിവാഹപ്രായം പിന്നിട്ടിട്ടും അയാൾ വിവാഹിതനാകാൻ കൂട്ടാക്കിയില്ല. ഭാരിച്ച ചെലവും ബുദ്ധിമുട്ടും നിറഞ്ഞ കുടുംബ ജീവിതത്തെക്കുറിച്ച് പിശുക്കനും അത്യാഗ്രഹിയുമായിരുന്ന അയാൾക്ക് ചിന്തിക്കാനേ കഴിഞ്ഞിരുന്നില്ലെന്നുള്ളതായിരുന്നു സത്യം!

അയാളുടെ ഒരേ ഒരു സുഹൃത്തും ബന്ധുവുമായിരുന്നു രവിലാൽ. ഒരു ദിവസം രവിലാൽ വളരെ പണിപ്പെട്ട് ശംഭുലാലിനെക്കൊണ്ട് വിവാഹം ചെയ്യാൻ സമ്മതം മൂളിച്ചു. സ്ഥലത്തെ ഏറ്റവും ധനികനായ ഒരാളുടെ ഏകമകളും അതീവസുന്ദരിയുമായ പെൺകുട്ടിയെ രവിലാൽ സുഹൃത്തിനു വേണ്ടി കണ്ടുവച്ചു. പെണ്ണുകാണുന്നതിനുവേണ്ടി ശംഭുലാലിനെയും കൂട്ടി രവിലാൽ ധനികന്റെ വീട്ടിലെത്തി. ധനികൻ ഇരുവരെയും യഥാവിധി സ്വീകരിച്ചിരുത്തി. ധനികന്റെ മകൾ മധുരപലഹാരങ്ങളും പാനീയവും നല്കി അവരെ സൽക്കരിച്ചു.

എല്ലാവരും സന്തോഷത്തോടെ തിന്നുകയും കുടിക്കുകയും ചെയ്യുന്നതിനിടയിൽ, ശംഭുലാലിന് സ്ത്രീധനമായി താൻ നല്കാനുദ്ദേശിക്കുന്ന അളവറ്റ സമ്പത്തിനെക്കുറിച്ചും ആഭരണങ്ങളെ

ക്കുറിച്ചും ധനികൻ വിവരിച്ചു. എല്ലാം താല്പര്യത്തോടെ കേട്ടു കൊണ്ടിരിക്കുകയായിരുന്ന ശംഭുലാലിനോട് രവിലാൽ ചോദിച്ചു:

"സുഹൃത്തേ താങ്കളുടെ അഭിപ്രായമെന്താണ്?"

ശംഭുലാലിന്റെ മറുപടി ഇങ്ങനെയായിരുന്നു:-

"സ്നേഹിതാ! ഇതിലേറെ സമ്പത്തും ആഭരണങ്ങളും സ്ത്രീധനമായി മറ്റൊരിടത്തുനിന്നും എനിക്കു കിട്ടുമെന്നു തോന്നുന്നില്ല. എന്നാൽ അളവറ്റ സമ്പത്തും ആഭരണങ്ങളും തരാമെന്നു സമ്മതിച്ച ഒരാളിനോട് അദ്ദേഹത്തിന്റെ മകളെക്കൂടി എനിക്കു തരണമെന്നു പറയുന്നത് മര്യാദയാണോ എന്ന് ഞാൻ ആലോചിക്കുകയായിരുന്നു."

ശംഭുലാലിന്റെ മറുപടി കേട്ട് എല്ലാവരും ഞെട്ടിപ്പോയി!

അപ്പൂപ്പൻ കണ്ട പറക്കും തളിക

ആണ്ടുപരീക്ഷ കഴിഞ്ഞ് പള്ളിക്കൂടമടച്ചു. ബിനുമോൻ രാവിലെ തന്നെ തന്റെ പട്ടത്തിന്റെ നിർമ്മാണം പൂർത്തിയാക്കുന്ന ധൃതിയിലായിരുന്നു. പത്രക്കാരന്റെ സൈക്കിൾ ബെൽ ശബ്ദം കേട്ടപ്പോൾ അവൻ പട്ടത്തിന്റെ പണി തല്ക്കാലം നിർത്തിവെച്ച് പുറത്തിറങ്ങി പത്രം വാങ്ങിവന്നു. ചാരുസേരയിൽ കിടക്കുകയായിരുന്ന അപ്പൂപ്പനോട് പത്രത്തിൽ വന്ന ഒരു വാർത്ത ചൂണ്ടിക്കാട്ടി അവൻ പറഞ്ഞു:

"അപ്പൂപ്പാ, ഇതു കണ്ടോ? ബോംബെയിൽ പറക്കും തളിക പ്രത്യക്ഷപ്പെട്ടെന്ന്."

"പറക്കും തളികയോ? അതെന്തു കുന്തമാണെടാ?" അപ്പൂപ്പൻ അത്ഭുതത്തോടെ ബിനുമോന്റെ പക്കൽനിന്നും പത്രം വാങ്ങി വായിച്ചു. എങ്കിലും അപ്പൂപ്പന് അതേക്കുറിച്ച് ഒരു എത്തും പിടിയും കിട്ടിയില്ലെന്നു മുഖഭാവം വ്യക്തമാക്കി. അത് മനസ്സിലാക്കിയിട്ടെന്നോണം ബിനുമോൻ വിശദീകരിച്ചു.

"അപ്പൂപ്പാ, മറ്റ് ഗ്രഹങ്ങളിലുള്ള ജീവികൾ ഭൂമിയിലേക്കു വരുന്ന വാഹനമാണ് പറക്കും തളികയെന്നത്രേ പലരും വിശ്വസിച്ചിരിക്കുന്നത്. അമേരിക്കക്കാർ പറക്കും തളികയിൽ വന്നിറങ്ങിയ ഏതോ അന്യഗ്രഹത്തിലെ ആളുകളെ പിടിച്ച് തടവിലാക്കിയിട്ടുള്ളതായി ഒരു കഥ പരന്നിട്ടുണ്ട്. ഭൂമിയിലുള്ള മനുഷ്യരെ

തട്ടിക്കൊണ്ടുപോകാനാണത്രേ അവയുടെ വരവ്!"

അതുകൂടി കേട്ടപ്പോൾ അപ്പൂപ്പന്റെ ഭയം ഇരട്ടിച്ചു. അപ്പൂപ്പൻ ചിന്തയിലാണ്ടു.

"ശരിയായിരിക്കാം. പണ്ട് പാതാള രാവണൻ രാമലക്ഷണന്മാരെ പാതാളത്തിലേക്കു തട്ടിക്കൊണ്ട് പോയതായി കഥയുണ്ടല്ലോ. ഇങ്ങനെ പലതും അപ്പൂപ്പന്റെ ഓർമ്മയിൽ തെളിഞ്ഞു.

അപകട മരണങ്ങളും ആത്മഹത്യയും പത്രത്തിൽ തെരഞ്ഞുപിടിച്ച് വായിക്കുന്നതിനിടയിലും ഒരു പേടി അപ്പൂപ്പന്റെ മനസ്സിൽ കടന്നുകൂടി: "ഈ പറക്കും തളികയെന്ന കുന്ത്രാണ്ടം ഇവിടെയും വന്നേക്കുമോ?"

ബിനുമോൻ അപ്പൂപ്പന്റെ ശ്രദ്ധ തിരിച്ചുകൊണ്ടു പറഞ്ഞു: "അപ്പൂപ്പാ ഇന്ന് പട്ടം പറത്തൽ മത്സരമാണ്. അപ്പുറത്തെ ഷാജിയും കിഴക്കേതിലെ ഷിബുവും അങ്ങേതിലെ പ്രശാന്തുമൊക്കെയുണ്ട്. വൈകിട്ട് ആറുമണിക്ക് നമ്മുടെ മേലേക്കുന്നിലെ പാറയിൽ എല്ലാവരും എത്തും." പള പളെ തിളങ്ങുന്ന വെള്ളിക്കടലാസ്, മുറത്തോളം വലിപ്പമുള്ള പട്ടത്തിൽ ഒട്ടിച്ചു ചേർത്ത് പട്ടത്തിന്റെ അവസാന മിനുക്കുപണി നടത്തുകയായിരുന്ന ബിനുമോൻ പറഞ്ഞതൊന്നും അപ്പൂപ്പൻ കേട്ടിരുന്നില്ല. അപ്പൂപ്പന്റെ മനസ്സ് പറക്കും തളികയുടെ പിന്നാലെ പാഞ്ഞു.

വൈകിട്ട് ബിനുമോൻ കൂട്ടുകാരുമൊത്ത് മേലേക്കുന്നിലെ പാറയിലേക്ക് പോയി. അപ്പൂപ്പൻ ഉമ്മറത്തിരിപ്പുറപ്പിച്ചു. പറക്കും തളികയെക്കുറിച്ച് മാത്രമായിരുന്നു അപ്പൂപ്പന്റെ ചിന്ത. സമയം സന്ധ്യയോടടുത്തു തുടങ്ങി. അപ്പൂപ്പൻ വെറുതെ മുറ്റത്തേക്കിറങ്ങി. മാനത്ത് ഒന്ന് പരതിനോക്കി. ഒരു നിമിഷം. അപ്പൂപ്പൻ ഞെട്ടിപ്പോയി! തിളങ്ങുന്ന പരന്ന എന്തോ ഒന്ന് അതാ ആകാശത്തിലൂടെ മെല്ലെ മെല്ലെ സഞ്ചരിക്കുന്നു. അപ്പൂപ്പൻ ഉറക്കെ വിളിച്ചുകൂവി. "അയ്യോ! പറക്കും തളിക! പറക്കുംതളിക!" അന്നത്തെ പത്രത്തിൽ പറക്കും തളികയെക്കുറിച്ചുള്ള വാർത്ത വായിച്ചറിഞ്ഞിരുന്ന ആളുകൾ അപ്പൂപ്പന്റെ വിളികേട്ട് ഓടിക്കൂടി. അപ്പൂപ്പൻ ആകാശത്തേക്ക് വിരൽചൂണ്ടി കാണിച്ചു. "പറക്കും തളിക; പറക്കും തളിക."

ആകാശത്തേക്ക് നോക്കിയവരൊക്കെ കണ്ടു. വെട്ടിത്തിളങ്ങുന്ന പരന്ന എന്തോ ഒന്ന് മെല്ലെ സഞ്ചരിക്കുന്നു. അവരും

ഉറക്കെ വിളിച്ചു "പറക്കും തളിക; പറക്കും തളിക!" നിമിഷങ്ങൾക്കകം ഒരു ചെറിയ ജനക്കൂട്ടം പറക്കും തളികയെ പിന്തുടരാൻ തുടങ്ങി. എല്ലാവർക്കും മുൻപിലായി അപ്പൂപ്പനും. കൂടുതലാളുകൾ കേട്ടറിഞ്ഞ് എത്തുന്നുണ്ടായിരുന്നു. വന്നവരെല്ലാം ഉറക്കെ ഉറക്കെ വിളിച്ചു: "പറക്കും തളിക... പറക്കും തളിക!" പറക്കും തളികയുടെ സഞ്ചാരം തീരെ മന്ദഗതിയിലായി.

എല്ലാവരും ഉദ്വേഗത്തോടെ നോക്കി നില്ക്കെ കുഞ്ഞൻ നായരുടെ പറമ്പിലെ കൂറ്റൻ ഇലവുമരത്തിലേക്ക് അതു താണിറങ്ങി. ആളുകൾ ഇലവുമരത്തിന്റെ ചുവട്ടിലേക്ക് ഓടിക്കൂടി മുകളിലേക്കു കണ്ണും നട്ട് ജിജ്ഞാസയോടെ നിന്നു. ഇലവുമരത്തിന്റെ ചുവട്ടിലേക്ക് ചെല്ലുന്നത് പന്തിയല്ലെന്ന് തോന്നിയ അപ്പൂപ്പൻ അകലെ മാറി നിന്നു.

ഇലവുമരത്തിൽ താണിറങ്ങിയ തളികയിൽനിന്ന് ആരെങ്കിലും പുറത്തേക്കിറങ്ങുന്നുണ്ടോ എന്നായിരുന്നു അപ്പൂപ്പന്റെ നോട്ടം.

താണിറങ്ങിയ തളിക ഇലവിനു മുകളിൽ സ്വസ്ഥമായി വിശ്രമിക്കുകയല്ലാതെ മറ്റൊരു അനക്കവുമുണ്ടായില്ല. ഇത്രയുമായപ്പോൾ കൂട്ടത്തിൽനിന്ന് തേങ്ങവെട്ടുകാരൻ ശങ്കു മുൻപോട്ടു വന്നു പറഞ്ഞു:-

"ഏതായാലും ഞാൻ ഒന്നു കയറി നോക്കാം." ശങ്കു തറ്റുടുത്ത് തയ്യാറെടുത്തപ്പോൾ അപ്പൂപ്പൻ പുറകിലെത്തി താക്കീതു നല്കി. "ശങ്കു സൂക്ഷിക്കണം! അതിനകത്ത് വല്ല കൊനഷ്ടുമൊക്കെ കാണും." ശങ്കു ഒന്നും കേട്ടതായി ഭാവിക്കാതെ ഇലവിൽ കയറാൻ തുടങ്ങി.

ഇതിനകം പട്ടം പറത്തൽ മത്സരത്തിനു പോയിരുന്ന ബിനുമോൻ അപ്പൂപ്പന്റെ പുറകിൽ ഓടിയെത്തി. അവനും കൂട്ടുകാരും ഈ പുകിലൊന്നും അറിഞ്ഞിരുന്നില്ല.

ബിനുമോൻ അപ്പൂപ്പനെ തട്ടിവിളിച്ചു പറഞ്ഞു. "അപ്പൂപ്പാ, എന്റെ പട്ടം പൊട്ടിപ്പോയി. അത് ഈ ഇലവു മരത്തിൽ താഴ്ന്നിറങ്ങുന്നതു ഞാൻ കണ്ടു. അതിന്റെ വാല് മുറിഞ്ഞുപോകാതെ എടുത്തുതരാൻ ശങ്കുവിനോടു ഒന്നു പറയണേ.

അപ്പൂപ്പനും കൂടിനിന്ന ആളുകളും പരസ്പരം നോക്കി വായ് പൊളിച്ചു.

വിരുതൻ ശങ്കരൻ

ഒരിടത്തൊരു വിരുതനുണ്ടായിരുന്നു. ശങ്കരൻ; ആളുകൾ അയാളെ വിരുതൻ ശങ്കരൻ എന്നു വിളിച്ചു.

ആളുകളെ കൗശലപൂർവ്വം കബളിപ്പിച്ച് മുങ്ങുകയാണ് അയാളുടെ പതിവ്. ഒരു സ്ഥലത്ത് ഒരു വിദ്യ പ്രയോഗിച്ചു മുങ്ങിയാൽ പൊങ്ങുന്നത് മറ്റൊരിടത്ത്. അവിടെ മറ്റൊരു നമ്പർ ഇറക്കി കാര്യം നേടും.

കിട്ടുവും നാണുവും കർഷകരായിരുന്നു. അയൽക്കാരും. കുരുമുളകാണ് പ്രധാന കൃഷി. രണ്ടുപേരും കുറേ കുരുമുളക് ഉണക്കി സൂക്ഷിച്ചിരുന്നു. നല്ല വില കിട്ടുമ്പോൾ വില്ക്കാൻ. വിരുതൻ ശങ്കരൻ ആ വിവരം അറിഞ്ഞു.

രണ്ടിലൊരാളെ പറ്റിക്കാൻ ഒരു വിദ്യ മനസ്സിൽ കണ്ട് ശങ്കരൻ ഇറങ്ങി.

"കുരുമുളകുണ്ടോ വില്ക്കാൻ... നല്ല വില തരാം." കിട്ടുവിന്റെ വീട്ടിലെത്തി വിരുതൻ ചോദിച്ചു.

"ഉണ്ടല്ലോ... വിലയെങ്ങനെ?"

കുരുമുളകിന് അല്പം വിലയിടിവുള്ള സമയം. "കിലോയ്ക്ക് ഏഴുനൂറു രൂപാ." ശങ്കരൻ പറഞ്ഞു. അത്രയും കൂടിയ വില കേട്ട് കിട്ടു അത്ഭുതപ്പെട്ടു. 'ഇയാളേതു മണ്ടൻ' എന്ന് മനസ്സിൽ കരുതി കിട്ടു പറഞ്ഞു:

"ഒരു ഇരുപതു കിലോ വരും... മുഴുവൻ തന്നേക്കാം."

"ഇരുപതു കിലോയേയുള്ളോ? ഒരു നാല്പതു കിലോയെങ്കിലും വേണ്ടിയിരുന്നു." ശങ്കരൻ പറഞ്ഞു.

"അതിനെന്താ, ബാക്കി അപ്പുറത്തെ നാണുവിന്റെ പക്കലുണ്ട്. ഞാൻ ഏർപ്പാടാക്കാം."

കിട്ടു നാണുവിനെ വിളിച്ച് കാര്യം പറഞ്ഞു. കിലോയ്ക്ക് എഴുനൂറു രൂപയെന്നു കേട്ടപ്പോൾ നാണു മൂക്കത്തു വിരൽ വച്ചു. എന്നിട്ടു പറഞ്ഞു. "ആളെ പറഞ്ഞു വിടൂ... എന്റെ പക്കലുള്ള ഇരുപത്തഞ്ചുകിലോ കുരുമുളകും കച്ചവടമാക്കിയേക്കാം."

വിരുതൻ ശങ്കരൻ കിട്ടുവിന്റെ കുരുമുളകു മുഴുവൻ തൂക്കി ചാക്കിൽ കെട്ടിവച്ചശേഷം പറഞ്ഞു:

"ഇനി അപ്പുറത്തെ വീട്ടിൽ ചെന്ന് അവിടെയുള്ളതുകൂടി തൂക്കി കെട്ടിവച്ച ശേഷം ഇവിടെ വന്ന് കണക്കു തീർക്കാം." കിട്ടു സമ്മതിച്ചു.

ശങ്കരൻ നാണുവിന്റെ വീട്ടിലെത്തി അവിടെയുള്ള കുരുമുളക് മുഴുവൻ തൂക്കി ചാക്കിൽ കെട്ടിവച്ച ശേഷം പറഞ്ഞു: "ഒന്നാന്തരം കുരുമുളക്... ഉണക്കിയാൽ ഇങ്ങനെ തന്നെ ഉണക്കണം." പിന്നെ ശങ്കരൻ അങ്ങു ദൂരെ റോഡിലേക്കു വിരൽചൂണ്ടി. അവിടെ ഒരു കാളവണ്ടി കിടപ്പുണ്ടായിരുന്നു.

"ഞാനീ കുരുമുളക് ആ കാളവണ്ടിയിൽ വച്ചിട്ടു വരാം. എന്നിട്ട് കൂട്ടുകാരന്റെ വീട്ടിലെ കുരുമുളക് എടുക്കാം. രണ്ടു പേർക്കും ഒരുമിച്ച് അപ്പോൾ കണക്കു തീർക്കാം... ഈ ചാക്കൊന്ന് താങ്ങിത്തരണേ!"

നാണു ചാക്കുചുമട് വിരുതന്റെ തലയിൽ താങ്ങിവച്ചു പറഞ്ഞു: "പതുക്കെ ഇറങ്ങണം."

നേരം കുറേക്കഴിഞ്ഞു വിരുതനെ കാണാനില്ല.

"വരും, ചായകുടിക്കാനോ ഒന്നു മുറുക്കാനോ കയറിയിരിക്കും." നാണു സമാധാനിച്ചു.

സമയം പിന്നെയും കഴിഞ്ഞു. ശങ്കരൻ വന്നില്ല. "കിട്ടൂ" നാണു അയല്ക്കാരനെ വിളിച്ചു. "ആ കച്ചവടക്കാരൻ അവിടെ വന്നോ?"

"ഇല്ലല്ലോ... എവിടെ പോയി?"

"എന്റെ കുരുമുളക് ചാക്കിലാക്കി റോഡിൽ നില്ക്കുന്ന കാള വണ്ടിയിലേക്ക് ചുമന്നു കൊണ്ടുപോയി. കുറച്ചുസമയമായി.

"കാശു തന്നോ?"

"ഇല്ല. തന്റെ കുരുമുളക് എടുക്കാൻ വരുമ്പോൾ ഒരുമിച്ചു തരാമെന്നു പറഞ്ഞു."

"എന്റെ കുരുമുളക് ഇവിടെത്തന്നെയുണ്ട്."

ഒടുവിൽ രണ്ടുപേരും കൂടി കാളവണ്ടി കിടന്നിടത്തു ചെന്നു നോക്കി. വണ്ടിയിൽ കുരുമുളകു ചാക്കുമില്ല. ശങ്കരന്റെ പൊടി പോലുമില്ല. ഒരു ചാക്കുകെട്ട് സൈക്കിളിൽ കയറ്റി ഒരാൾ ഇറക്കമിറങ്ങി വേഗത്തിൽ ചവിട്ടിപ്പോയെന്ന് വണ്ടിക്കാരൻ പറഞ്ഞു. കാളവണ്ടി മറ്റേന്തോ ആവശ്യത്തിനു വന്നതും.

പാവം നാണു പിന്നെയും കാത്തിരുന്നു. കുരുമുളകു ചാക്കുമായി മുങ്ങിയ ശങ്കരൻ ഇനി പുതിയൊരു നമ്പരുമായി മറ്റൊരിടത്തു പൊങ്ങും.

മുത്തശ്ശിക്കൊരു കണ്ണട വേണം

വെറ്റിലയിൽ ചുണ്ണാമ്പു തേച്ചു മടക്കി മിനിമോൾ മുത്തശ്ശിക്കു കൊടുത്തു. അതു കൈനീട്ടി വാങ്ങുന്നതിനിടയിൽ മുത്തശ്ശിയുടെ കൈക്കുള്ളിൽ സൂക്ഷിച്ചിരുന്ന പാക്കിന്റെ നന്നേ ചെറിയ കഷണം താഴെ വീണു.

വെറ്റിലച്ചുരുൾ വായിൽ തിരുകി. തറയിൽ പോയ പാക്കിൻ തുണ്ട്, മുത്തശ്ശി കുനിഞ്ഞു നുള്ളിയെടുത്ത് വായിലാക്കി. മിനിമോൾ മൂക്കത്ത് വിരൽവച്ച് മനസ്സിൽ പറഞ്ഞു.

'ഈ മുത്തശ്ശി പറയുന്നത് മുഴുവൻ നുണയാണ്. ഒരു കഥ വായിച്ചു താ മുത്തശ്ശീന്ന് മിനിമോൾ കെഞ്ചിയാൽ ഉടനേ തുടങ്ങും. മുറുമുറുപ്പ്: ഈ പെണ്ണിന് കിറുക്കാ. കണ്ണും പിണീം കാണാത്ത ഈ കിഴവിയല്ലേ കൊറെ കഥ വായിക്കാമ്പോണേ! നിന്റെ അച്ഛനോട് എന്നേ പറയുന്നു, മുത്തശ്ശിക്കൊരു കണ്ണട വാങ്ങിത്തരാൻ. ആരു കേൾക്കാൻ!

എന്നിട്ടാണോ തറയിൽ പോയ നുറുങ്ങ് പാക്ക് നിമിഷംകൊണ്ട് നുള്ളിയെടുത്ത് വായിലാക്കിയത്. കണ്ണുകാണില്ലെന്ന് പറയുന്നത് പച്ചക്കള്ളം.' മിനിമോൾ സംശയം മനസ്സിൽ സൂക്ഷിച്ചുകൊണ്ട് പലതും ഓർത്തു. അച്ഛൻ അങ്ങേ മുക്കിൽനിന്നു വരുമ്പോൾ ഉമ്മറത്തിരിക്കുന്ന മുത്തശ്ശി കാഴ്ച

തീരെ ഇല്ലെന്ന മട്ടിൽ കൈ കണ്ണിനു മേലെ ചരിച്ചു പിടിച്ചു ചോദിക്കും!

"പ്രഭാകരനല്ല്യോ വരുന്നത്... കണ്ണടയില്ലാതെങ്ങനെ കാണും? എന്നേ അവനോട് പറയുന്നു. ഒരു കണ്ണട വാങ്ങിത്താടാന്ന്.. ആരു കേൾക്കാൻ!"

കണ്ണടയില്ലെന്ന പരാതി തീർന്നിട്ടൊരു നിമിഷം ഞേ..., ഹേ മുത്തശ്ശിക്കില്ലേയില്ല..

ഈ മുത്തശ്ശിക്കു കാഴ്ചയില്ലാഞ്ഞിട്ടല്ല; കൊതിയാ... കൊതി... കണ്ണടവച്ചു ചെത്തി നടക്കാനുള്ള വെറും കൊതി. മിനിമോൾ മനസ്സിൽ കരുതി.

മുറ്റത്തെ കൊച്ചു കിളിമരത്തിൽ കുടമുല്ല പൂത്തു കിടക്കുകയായിരുന്നു. മിനിമോൾ എന്തോ തീരുമാനിച്ചുറച്ചമട്ടിൽ മുത്തശ്ശിയുടെ അടുത്തെത്തി ഇങ്ങനെ പറഞ്ഞു:

"മുത്തശ്ശീ... ദേ ഒന്നു മുറ്റം വരെ വര്വോ?"

"എന്തിനാണ് കാര്യം പറ... വല്ല കുസൃതീം ഒപ്പിച്ചോ.. കിഴവിയെ ചാടിക്കാൻ?" മുത്തശ്ശി ഒഴിഞ്ഞു മാറാനുള്ള ശ്രമം.

മിനിമോൾ മുത്തശ്ശിയുടെ കൈക്കു കടന്നുപിടിച്ചു വലിച്ച് നേരെ മുല്ലച്ചുവട്ടിൽ കൊണ്ടുചെന്നു നിർത്തി പറഞ്ഞു:

"ഈ മുല്ലേന്ന് എനിക്കിത്തിരി പൂ പറിച്ചു തരികേ വേണ്ടൂ. മോക്ക് കൈ എത്താഞ്ഞിട്ടാ.. പ്ലീസ് മുത്തശ്ശീ."

"പെണ്ണിനു കിറുക്കാ.. കൈ എത്തിയാ മതിയോ? ഇലയും പൂവും മൊട്ടും വേറിട്ടു കാണാൻ എനിക്കു കണ്ണു പറ്റണ്ടേ.. അച്ഛനോടു പറയാൻ വയ്യല്ലോ മുത്തശ്ശിക്കൊരു കണ്ണട വാങ്ങിത്തരാൻ."

മുത്തശ്ശിക്കു പഴയ പല്ലവി; കണ്ണട കൂടിയേ തീരൂ.

"ഒന്നും പറഞ്ഞാൽ പറ്റില്ല. മോക്ക് പൂ പറിച്ചു തന്നേ പറ്റൂ." അവൾ മുത്തശ്ശിയെ മുല്ലച്ചുവട്ടിലേക്കു വീണ്ടും പിടിച്ചു വലിച്ചു.

"എനിക്കു കാണാൻ മേലെന്നു പറഞ്ഞാൽ പെണ്ണിന്റെ തലേൽ കേറൂല്ലാന്നു വച്ചാൽ... ശെടാ പാടേ!" മുത്തശ്ശിക്ക് അരിശം.

"ഞാൻ പോയി അങ്ങേതിലെ ശാരദമുത്തശ്ശീടെ കണ്ണട വാങ്ങി വരാം. മുത്തശ്ശി ഇവിടെത്തന്നെ നില്ക്കണം." മുത്തശ്ശി ഒന്നു മൂളി ഒരുവിധം സമ്മതിച്ചു.

മിനിമോൾ അല്പസമയത്തിനുള്ളിൽ മടങ്ങി വന്നു. "മുത്തശ്ശി ഒന്നു കുനിഞ്ഞേ, ഞാൻ കണ്ണടവച്ചു തരാം."

മിനിമോൾ കൈയിലിരുന്ന കണ്ണട മുത്തശ്ശിയുടെ മുഖത്തു വച്ചുകൊടുത്തു. "ജോർ!" മുത്തശ്ശിയുടെ മുഖത്ത് എന്തെന്നി ല്ലാത്ത ഭാവങ്ങൾ!

"ഇപ്പോൾ നേരേ കാണണൊണ്ടോ മുത്തശ്ശീ... മുല്ലേലോട്ടു നോക്കിയേ.."

മിനിമോൾ ഒരു കുസൃതിച്ചിരി ചിരിച്ചതു മുത്തശ്ശി കാര്യമാക്കിയില്ല.

"ഹായ്! ഒക്കെ നന്നായി കാണാം. ഇലയും മൊട്ടും പൂവുമൊക്കെ വെവ്വേറെ. മുല്ല ഇപ്പോൾ നന്നായി പൂത്തിട്ടൊണ്ട്... ഞാനിതൊക്കെ എങ്ങനെ കാണാൻ... ഭഗവതീ, കാഴ്ചവേണ്ടേ! ആ കുരുത്തം കെട്ടവനോട് എന്നേ പറയുന്നൂ... ഒരു കണ്ണട വാങ്ങിത്താടാന്ന്... ആരു കേൾക്കാൻ!" ഒരു നെടുവീർപ്പോടെയാണ് മുത്തശ്ശി മുല്ലപ്പൂ പറിച്ചു തുടങ്ങിയത്.

മിനിമോൾക്ക് കലശലായ ചിരി. അവൾ വായ്പൊത്തിപ്പിടിച്ചു നിന്നു.

"നീ എന്നെ കളിയാക്കുവാണോ?"- മുത്തശ്ശി പിണക്കം കാണിച്ചു.

"കണ്ണട വച്ചപ്പോൾ മുത്തശ്ശിയെ കാണാൻ ഹായ്! എന്തൊരു രസം! അതാ മോളു ചിരിച്ചത്. മുത്തശ്ശീ ഒരു കാര്യം പറയട്ടെ, ഒന്നു തിരിഞ്ഞു നിന്നേ. അതാ അങ്ങേ മൂലയിൽ നില്ക്കുന്ന തൊടിയിലെ ചെന്തെങ്ങിന്റെ ഓലയിലൊന്നു നോക്കിക്കേ... അവിടെ എന്തെങ്കിലും കാണണൊണ്ടോ മുത്തശ്ശീ... അതാ അവിടെ?"

"കണ്ടു കണ്ടു.. ആ പഴുത്ത ഓലത്തുമ്പിൽ ഒരു പൊന്മാനിരിക്കുന്നത് നന്നായി കാണാം. കണ്ണടേടെ വിശേഷം ഇപ്പോ മനസ്സിലായോ?" മുത്തശ്ശിക്കു വിജയഭാവം.

ഇത്രയുമൊക്കെ ആയപ്പോൾ പിന്നെ മിനിമോൾക്കു ചിരി തീരെ അടക്കിവയ്ക്കാൻ വയ്യാതായി. അവൾ പൊട്ടിപ്പൊട്ടി ചിരിച്ചു. തുള്ളിച്ചാടി!

അവൾ ഉറക്കെ വിളിച്ചു പറഞ്ഞു:

"മുത്തശ്ശിയെ പറ്റിച്ചേയ്.. മുത്തശ്ശിയെ പറ്റിച്ചേയ്.. മുത്തശ്ശീടെ കള്ളം തെളിയണേയ്... പൂച്ചു പുറത്തു ചാടിയേയ്.."

മിനിമോൾടെ അമ്മ ബഹളം കേട്ട് അടുക്കളയിൽനിന്ന് മുറ്റത്തേക്കു വന്നു. കണ്ണട വച്ചു കൺമിഴിച്ചു നില്ക്കുന്ന 'പുതിയ' മുത്തശ്ശിയേയും ചിരിച്ചു തിമിർക്കുന്ന മിനിമോളേയും അമ്മ മാറി മാറി നോക്കി. അവർക്ക് ഒന്നും മനസ്സിലായില്ല.

"മുത്തശ്ശി, ആ കണ്ണട ഒന്ന് ഊരിത്തന്നേ... ഒരു കാര്യം.. ഹി... ഹി... ഹി... ഹീ.."

"പെണ്ണു കൊറെ വെളയണൊണ്ട്." ദേഷ്യം തോന്നിയെങ്കിലും കാര്യം പിടികിട്ടാതെ മുത്തശ്ശി കണ്ണട ഊരി. മിനിമോൾ അതു വാങ്ങി അമ്മയുടെ നേരെ നീട്ടി പറഞ്ഞു:

"അമ്മേ ഈ കണ്ണട ശരിക്കൊന്നു നോക്കണേ." അമ്മ കണ്ണട വാങ്ങി പരിശോധിച്ചു. അവരും ഉറക്കെ ഉറക്കെ ചിരിക്കാൻ തുടങ്ങി. മുത്തശ്ശി ഒന്നും മനസ്സിലാകാതെ നിന്നു വിയർത്തു.

മിനിമോൾ അമ്മയുടെ കൈയിലിരുന്ന കണ്ണട വാങ്ങി മുത്തശ്ശിയെ കാണിച്ചുകൊണ്ട് പറഞ്ഞു: "മുത്തശ്ശീ, ഇതു ശാരദ മുത്തശ്ശീടെ കണ്ണടയല്ല, നമ്മുടെ മരിച്ചുപോയ മുത്തശ്ശന്റെ പഴയ കണ്ണടേടെ ഫ്രെയിമാണ്. ഇതിനു ചില്ലുകളില്ല." മിനിമോൾ വിരൽ കടത്തി കാണിച്ച് മുത്തശ്ശിയെ ബോദ്ധ്യപ്പെടുത്തി.

"അപ്പഴേ, ഈ ചില്ലില്ലാത്ത കണ്ണട വച്ചോണ്ട് എങ്ങനാ ഒക്കെ കണ്ടെന്നു പറഞ്ഞത്. കണ്ണു കണ്ടൂടാന്ന് എന്തിനാ നൊണ പറഞ്ഞത് മോളോട് ഇനി ഒരിക്കലും കള്ളം പറയല്ലേ."

ഇളിഭ്യത മറയ്ക്കാൻ മുത്തശ്ശിയും ഉറക്കെ ചിരിക്കുമ്പോൾ അവരുടെ മോഹക്കണ്ണട തറയിൽ വീണു ചില്ലുതകർന്നു!

നീയാണ് മണ്ടരി

കുഞ്ഞിരാമന്റെ കാര്യസ്ഥനായിരുന്നു കൊച്ചുനാണൻ. കുഞ്ഞിരാമന്റെ അകലെയുള്ള തെങ്ങിൻതോപ്പിൽ നിന്ന് തേങ്ങ ഇടുവിക്കുന്നതും അതു പൊതിച്ചു വിറ്റ് പണം ഏല്പിക്കുന്നതുമൊക്കെ കൊച്ചുനാണനാണ്.

വില്ക്കുന്ന നാളികേരത്തിന്റെ എണ്ണത്തിലും വിലയിലും സാരമായ കുറവുണ്ടോ എന്ന് ഈയിടെയായി കുഞ്ഞിരാമന് സംശയം തോന്നിത്തുടങ്ങിയതിന് കാരണമുണ്ട്.

കൊച്ചു നാണന്റെ മട്ടിലും ഭാവത്തിലും വേഷത്തിലുമൊക്കെ ഒരു വ്യത്യാസം. കൊച്ചുരാമന്റെ ചില രഹസ്യസമ്പാദ്യങ്ങളെക്കുറിച്ചും കുഞ്ഞിരാമൻ അറിഞ്ഞു.

അത്തവണയും അകലത്തെ പറമ്പിൽ തേങ്ങ വെട്ടി പൊതിപ്പിച്ചു. കാശുമായി കൊച്ചുനാണൻ എത്തി.

“ഇത്തവണയും നാളികേരം നന്നേ കുറവ്... വല്ലാത്ത മണ്ഡരിബാധ. ഇതാ അഞ്ഞൂറെണ്ണമുണ്ടായിരുന്നു. വിറ്റകാശ് മുഴുവൻ ഈ പൊതിയിലുണ്ട്. ഒരു പൈസയും ഞാൻ എടുത്തില്ല.” കൊച്ചുനാണൻ തല ചൊറിഞ്ഞു മാറി നിന്നു.

കാശു വാങ്ങുമ്പോൾ കുഞ്ഞിരാമൻ പലതും ആലോചിച്ചു. അഞ്ഞൂറു നാളികേരം കണ്ടാൽ പോര. ആയിരമെങ്കിലും കാണ

ണം. എങ്ങനെ അതു തെളിയിക്കും? പൊതിച്ചെടുത്ത കച്ചവട ക്കാരനെ കണ്ട് ചോദിച്ചാലും അയാൾ സത്യം പറയില്ല. തേങ്ങ വിറ്റ കാശുമായി കൊച്ചുനാണൻ വരുമ്പോൾ മാത്രമാണ്, തേങ്ങ യിട്ടു വിറ്റ കാര്യം അറിയുക.

കുഞ്ഞിരാമൻ എന്തോ ആലോചിച്ചുറച്ചുകൊണ്ട് അകലെ യുള്ള തെങ്ങിൻതോപ്പിലേക്ക് ആരുമറിയാതെ നടന്നു.

തേങ്ങ പൊതിച്ച് മോടിളക്കിയ ശേഷമാണ് തൊണ്ട് കൊണ്ടുപോകാറുള്ളത്. അവിടെ കൂട്ടിയിട്ടിരുന്ന തേങ്ങാമോടു കൾ കുഞ്ഞിരാമൻ ശ്രദ്ധിച്ചു. കുഞ്ഞിരാമന് ഒരു ബുദ്ധി തോന്നി.

അയാൾ തേങ്ങാമോടുകൾ ഒരുമിച്ചു കൂട്ടി ഓരോന്നായി എണ്ണി. ഇത്തിരി സമയമെടുത്തു. എണ്ണിത്തീർത്തു; ആകെ ആയിരം! കുഞ്ഞിരാമൻ മൂക്കത്തുവിരൽ വച്ചങ്ങനെ നിന്നു.

വീട്ടിലെത്തി കുഞ്ഞിരാമൻ കൊച്ചുനാണനെ വിളിപ്പിച്ചു.

"കൊച്ചുനാണാ ഒരു തേങ്ങയിൽ എത്ര മോടുകാണും?"

"നല്ല തമാശ... ഒരു തേങ്ങയിൽ ഒരു മോട് മാത്രമേ കാണൂ എന്ന് ഏത് കൊച്ചു കുട്ടിക്കാണ് അറിയാത്തത്?"

"പിന്നെങ്ങനെ കൊച്ചുനാണാ, നീ അഞ്ഞൂറു തേങ്ങ പൊതി പ്പിച്ചപ്പോൾ ആയിരം മോട് വന്നത്?" കുഞ്ഞിരാമൻ ഒരു ചാക്കിൽ കെട്ടിക്കൊണ്ടു വന്ന തേങ്ങാമോട് കൊച്ചുനാണന്റെ മുമ്പിൽ അഴിച്ചു തട്ടി.

"ദാ... എണ്ണിനോക്ക്. ഇത് ഇന്നു നീ പൊതിച്ചു വിറ്റതേങ്ങ യുടെ മോടുകളാണ്."

കള്ളത്തരം പുറത്തായെന്നറിഞ്ഞപ്പോൾ കൊച്ചുനാണൻ നിന്നു പരുങ്ങി. പിന്നെ വിയർത്തു.

"എന്റെ തെങ്ങിന് നീയാണ് മണ്ഡരി! നിനക്കു പോകാം." കുഞ്ഞിരാമൻ അയാളെ ആട്ടി പുറത്താക്കി.

സ്വകാര്യത്തിന്റെ വില

ഭരണാധികാരി നല്ലവനെങ്കിലും ഉദ്യോസ്ഥന്മാർ അഴിമതിക്കാരായാലോ? ജനങ്ങൾക്കു ഗുണം കിട്ടില്ല; പഴി ഭരിക്കുന്നവനും.

നന്ദനദേശം ഭരിച്ചിരുന്ന ഉദയവർമ്മൻ നല്ലൊരു രാജാവായിരുന്നെങ്കിലും ഉദ്യോഗസ്ഥരുടെ കള്ളക്കളികളാൽ രാജാവിനെന്നും ദുഷ്പ്പേരുമാത്രം! ഒരിക്കൽ ബുദ്ധിമാനായ കുശലധർമ്മൻ എന്ന കർഷകൻ രാജാവിനെ ഒന്നു മുഖം കാണിക്കണമെന്നു തീരുമാനിച്ചു.

രാജാവിന്റെ മുൻപിൽ എത്തിപ്പെടാനുള്ള 'വഴി' അയാൾക്ക് നന്നായി അറിയാമായിരുന്നു. ബന്ധപ്പെട്ടവർക്കു കാഴ്ചവയ്ക്കാൻ കുറെ പണക്കിഴികൾ കൂടി കരുതിയാണ് അയാൾ കൊട്ടാരത്തിലെത്തിയത്. വേണ്ടപ്പെട്ടവരെയൊക്കെ 'വേണ്ടപോലെ' കണ്ട് അയാൾ രാജാവിന്റെ അടുത്തെത്തി. നല്ലവനും കർഷകരോട് ബഹുമാനവും ഉണ്ടായിരുന്ന രാജാവ് അയാളെ യഥാവിധി സ്വീകരിച്ചു. അയാൾ ചില കാഴ്ചദ്രവ്യങ്ങൾ രാജാവിനു സമ്മാനിച്ചു.

"നിങ്ങൾ എന്നിൽനിന്നും എന്താണ് പ്രതീക്ഷിക്കുന്നത്?" രാജാവ് ചോദിച്ചു. അയാൾ വിനീതനായി രാജാവിന്റെ അരികിലേക്കു ചെന്ന് ചെവിയിൽ മന്ത്രിച്ചു. "എനിക്ക് അങ്ങയുടെ ചെവി

യിൽ ഇതുപോലെ രഹസ്യം പറയാനുള്ള അനുവാദം കുറച്ചു ദിവസത്തേക്ക് തരണം." രാജാവ് ചിരിച്ചുകൊണ്ട് തല കുലുക്കി സമ്മതം മൂളി.

പുറത്തിറങ്ങിയപ്പോൾ കുശലധർമ്മനോട് സേനാനായകൻ ചോദിച്ചു. "രാജാവിന് നിങ്ങളെ നല്ല മതിപ്പാണല്ലോ. നിങ്ങൾ എന്നെക്കുറിച്ചു വല്ലതും രാജാവിനോടു പറഞ്ഞോ?"

"ഞാനൊന്നും പറഞ്ഞില്ല. പക്ഷേ, രാജാവിന് നിങ്ങളെക്കുറിച്ച് അത്ര നല്ല അഭിപ്രായമില്ല. അതു മാറ്റിയെടുത്താൽ നിങ്ങൾക്ക് നന്ന്. എന്നെ നാളെയും മുഖം കാണിക്കണമെന്ന് രാജാവു പറഞ്ഞിരിക്കുകയാണ്." അയാൾ ചിരി ഒതുക്കി നടന്നു.

പ്രതീക്ഷിച്ചപോലെ രാത്രിയിൽ സേനാനായകൻ, കുശലധർമ്മന്റെ വീട്ടിലെത്തി കുറെ സ്വർണ്ണനാണയം സമ്മാനിച്ചുകൊണ്ട് പറഞ്ഞു: "നാളെ നിങ്ങൾ രാജാവിനെ മുഖം കാണിക്കുമ്പോൾ എന്നെക്കുറിച്ച് ഒരു നല്ല അഭിപ്രായമുണ്ടാക്കിയിട്ടേ പോരാവൂ."

"ഞാൻ പറയാം. പക്ഷേ, കാര്യം നടക്കാൻ തുക ഇതുപോര."

സേനാനായകൻ രാവിലേ തന്നെ കുറേ സ്വർണ്ണനാണയങ്ങൾ കൂടി കുശലധർമ്മന്റെ വീട്ടിലെത്തിച്ചു.

അന്ന് രാജാവിന്റെ കാതിൽ മന്ത്രിക്കുന്നതിനിടയിൽ കുശലധർമ്മൻ സേനാനായകനെ നോക്കി ഒന്നു ചിരിക്കുകയും തല കുലുക്കുകയും ചെയ്തശേഷം ഖജനാവു സൂക്ഷിപ്പുകാരനെ ചൂണ്ടി ഗൗരവത്തിൽ എന്തോ മന്ത്രിക്കുന്നതായി ഭാവിച്ചു. ഇറങ്ങുന്ന വഴി ഖജനാവു സൂക്ഷിപ്പുകാരൻ കുശലധർമ്മനെ ചെന്നുകണ്ടു. "നിങ്ങളെക്കുറിച്ച് രാജാവിന് സംശയമുണ്ട്. മാറ്റിയെടുത്താൽ നന്ന്." എന്നു പറഞ്ഞു നടന്നു. അന്നു രാത്രി ഖജനാവു സൂക്ഷിപ്പുകാരന്റെ പതിനായിരം സ്വർണ്ണനാണയങ്ങൾ കുശലധർമ്മന്റെ വീട്ടിലെത്തി.

ഇങ്ങനെ ഓരോ ദിവസവും ഓരോ പ്രധാനിമാരെ വെട്ടിലാക്കി കുശലധർമ്മൻ ഭാരിച്ച സമ്പത്തിനുടമയായി. ഒടുവിൽ മന്ത്രിയേയും അയാൾ വെട്ടിലാക്കി! അടുത്ത ദിവസം തനിക്കു

കൈക്കൂലിയായി കിട്ടിയ ധനം മുഴുവൻ രാജാവിന്റെ മുൻപിൽ കാഴ്ചവച്ചുകൊണ്ടാണ് അയാൾ മുഖം കാണിച്ചത്.

"ഈ ധനം മുഴുവൻ നിങ്ങൾക്കെവിടുന്നു കിട്ടി?" രാജാവ് അത്ഭുതത്തോടെ ചോദിച്ചു.

"പ്രഭോ, അങ്ങയോട് അടുപ്പമുള്ള ഒരാളാണെന്നു കരുതി അങ്ങയുടെ ഉദ്യോഗസ്ഥരും മന്ത്രിമാരും കാര്യം കാണാൻ എനിക്കു കാഴ്ചവച്ച ധനമാണിതൊക്കെ. അപ്പോൾ ശരിക്കും അങ്ങയോട് അടുപ്പമുള്ളവർ ആളുകളോട് എത്രമാത്രം കൈക്കൂലി വാങ്ങിയിരിക്കാം?"

രാജാവിന് കാര്യം ബോദ്ധ്യമായി. അഴിമതിക്കാരെയൊക്ക അദ്ദേഹം ശിക്ഷിച്ചു. അനാവശ്യമായി അടുപ്പം കാണിക്കുന്നവരെയൊക്കെ ഭരണകാര്യത്തിൽ കൈകടത്താതെ ഒഴിവാക്കി. കുശലധർമ്മൻ എന്ന ബുദ്ധിയുള്ള കർഷകൻ രാജ്യത്തിന്റെ മന്ത്രിയുമായി.

ലണ്ടൻ നുണ

നുണയൻ ഗോപാലൻ കുടുംബസഹിതം പണ്ടേ ലണ്ടനിലാണ്. വർഷങ്ങൾക്കു ശേഷം നാട്ടിലെത്തിയ ഗോപാലൻ സുഹൃത്തായ നമ്പൂരിയെ കാണാനെത്തി.

രണ്ടുപേരും സൗഹൃദം പങ്കുവയ്ക്കുന്നതിനിടയിൽ നമ്പൂരി ചോദിച്ചു:

"ഗോപാലാ, നീ ലണ്ടനിലേക്ക് പോയിട്ട് പത്തിരുപതു കൊല്ലമായെങ്കിലും നിന്നെക്കണ്ടിട്ട് പണ്ടത്തേക്കാൾ ചെറുപ്പം തോന്നുന്നു.... അത്ഭുതം തന്നെ!"

ഗോപാലൻ പറഞ്ഞു:

"തിരുമേനീ, ലണ്ടനിൽ ഇപ്പോൾ ഏതു പ്രായക്കാരനും ചെറുപ്പമാവുക ഒരു പ്രശ്നമേയല്ല. അതിനൊക്കെ അവിടെ മരുന്നുണ്ട്. പത്തുവർഷം പ്രായക്കുറവിന് ഒരു സ്പൂൺ മരുന്നുമാത്രം കഴിച്ചാൽ മതി!"

"ങ്... ഹാ..!" നമ്പൂരി അത്ഭുതം കൂറി. എന്നിട്ടിങ്ങനെ ചോദിച്ചു:

"നിന്റെ അച്ഛനും അമ്മയ്ക്കുമൊക്കെ സുഖമാണോ? അവരെന്താ നാട്ടിൽ വരാത്തത്? രണ്ടുപേരും വയസ്സായി കിടപ്പിലായിരിക്കും."

ഗോപാലന്റെ മുഖത്ത് പെട്ടെന്നാരു വിഷാദം. ഗോപാലൻ പറഞ്ഞു:

“എന്റെ തിരുമേനീ... അതു പറയാതിരിക്കുകയാ ഭേദം... ഒരു അബദ്ധം പിണഞ്ഞു. ഞാൻ മുമ്പു പറഞ്ഞ ചെറുപ്പമാകാനുള്ള മരുന്നുണ്ടല്ലോ, അത് ലണ്ടനിലെ എന്റെ വീട്ടിൽ സൂക്ഷിച്ചിരുന്നു. ഞാൻ വീട്ടിലില്ലാതിരുന്ന തക്കത്തിന് അച്ഛനും അമ്മയും കൂടി എങ്ങനെയോ അത് കണ്ടുപിടിച്ചെടുത്തു. ചെറുപ്പമാവാനുള്ള ആവേശത്തിൽ വളരെ വിലപിടിപ്പുള്ള മരുന്ന് അളവു നോക്കാതെ രണ്ടുപേരും കൂടി ഒറ്റ പ്രാവശ്യം തന്നെ കുടിച്ചു തീർത്തു.

എന്തിനധികം..... രണ്ടുപേരും ലണ്ടനിലെ ഒരു നഴ്സറിയിലെ തൊട്ടിലുകളിൽ പാൽക്കുപ്പി നുണഞ്ഞുറങ്ങുന്നതു കണ്ടിട്ടാണ് ഞാൻ വിമാനം കയറിയത്.

നമ്പൂരി കണ്ണും തള്ളി ഇരിപ്പായി!

രാജാവും കള്ളനും

പണ്ടു പണ്ടൊരു രാജ്യത്തൊരു വിരുതനായ കള്ളനുണ്ടായിരുന്നു. പേര് ശങ്കരൻ. ആളുകൾ അയാളെ വിരുതൻ ശങ്കരൻ എന്നുവിളിച്ചു. കള്ളനെങ്കിലും ശങ്കരന് പക്ഷി മൃഗാദികളുടെ ഭാഷ നന്നായി ഗ്രഹിക്കാനുള്ള അത്ഭുത സിദ്ധി കൂടി ഉണ്ടായിരുന്നു. പോരെങ്കിൽ ഇത്തിരി മനുഷ്യപ്പറ്റും.

സമർത്ഥനായ ഈ കള്ളനെ ഒന്നു പരീക്ഷിച്ചറിയണമെന്ന് നാടുവാണിരുന്ന ദേശവർമ്മ രാജാവ് തീരുമാനിച്ചു. മോഷണം 'രാജകല'യാക്കിയ ശങ്കരന്റെ നീക്കങ്ങൾ രാജാവ് നിരീക്ഷിച്ചുവന്നു.

ഒരു ദിവസം രാജാവ് 'പുഷ്കരൻ' എന്ന പേരിൽ ഒരു കള്ളനായി ചമഞ്ഞ് ശങ്കരന്റെ ഒപ്പം കൂടി. തന്റെ തൊഴിലിന് വിശ്വസ്തനായ ഒരു സഹായിയെക്കൂടി കണ്ടെത്താൻ കഴിഞ്ഞതിൽ വിരുതൻ ശങ്കരൻ സന്തോഷിച്ചു. രണ്ടുപേരും ചേർന്ന് ഒരു വീട്ടിൽ മോഷണം നടത്താനായി തീരുമാനിച്ചു. ശങ്കരൻ പറഞ്ഞു: "ഇത് അന്യായപ്പലിശക്കാരനായ ഒരു പണക്കാരൻ താമസിക്കുന്ന വീടാണ്. പുഷ്കരൻ കാവൽ നിന്നോളൂ. ഞാൻ അകത്തു ചെന്ന് കാര്യം നടത്തിവരാം."

വിരുതൻ ശങ്കരൻ അകത്തു ചെന്നപ്പോൾ കണ്ടത്, പലിശപ്പണക്കാരൻ തന്റെ പണക്കിഴിയിൽ നാലു കാശ് കുറവു വന്നതിനാൽ പിറുപിറുക്കുകയും വീണ്ടും വീണ്ടും എണ്ണുകയും ചെയ്യു

ന്നതാണ്. എങ്കിലും കുറവു വന്ന കാശ് എങ്ങും കണ്ടെത്താതെ അയാൾ കരഞ്ഞു വിളിച്ച് ഉറങ്ങാൻ കിടന്നു. വിരുതൻ ശങ്കരന് അതുകണ്ട് ഹൃദയമലിഞ്ഞു. അയാൾ പുറത്തു വന്ന് പുഷ്കരനോടു പറഞ്ഞു: "ചില്ലിക്കാശ്, കാണാതെ പോയതിൽ ദുഃഖിതനായി ഉറങ്ങാൻ കിടന്ന ഒരുവന്റെ പണം മോഷ്ടിച്ചാൽ അയാൾ അതറിഞ്ഞ് ഹൃദയം പൊട്ടിമരിക്കും. കള്ളനെങ്കിലും ഞാൻ കാരണം ഒരാൾ വേദനയോടെ മരിക്കുന്നത് എനിക്ക് സഹിക്കില്ല. അതിനാൽ നമുക്ക് അയാളുടെ പണം വേണ്ട."

രണ്ടുപേരും മറ്റൊരു വീട്ടിലേക്കു നടന്നു. അവിടെ കയറിയ ശേഷം ഒന്നും മോഷ്ടിക്കാതെ പുറത്തിറങ്ങിയ ശങ്കരനോട് പുഷ്കരൻ കാരണമന്വേഷിച്ചു. ശങ്കരൻ പറഞ്ഞു: "ഞാൻ വീടു പൊളിച്ച് ഇറങ്ങിയത് അടുക്കളയിലായിരുന്നു. അവിടെ ഒരു ഭാഗത്ത് വലിയൊരു ഭരണി കണ്ടു. ചിലപ്പോൾ പണവും സ്വർണ്ണവുമൊക്കെ അതിനുള്ളിൽ ആയിരിക്കുമെന്ന് സംശയിച്ച് ഭരണി തുറന്ന് കൈയിട്ടു. കൈയിൽ എന്തോ പുരണ്ടു. നക്കി നോക്കി, ഉപ്പായിരുന്നു. ഒരാളുടെ ഉപ്പോ മറ്റെന്തെങ്കിലുമോ രുചിച്ചുകഴിഞ്ഞ് പിന്നെ അയാളുടെ മുതൽ കക്കുന്നതു മഹാപാപം. ഞാൻ ഇറങ്ങിപ്പോന്നു."

"എന്നാൽ വാ.." പുഷ്കരൻ പറഞ്ഞു. "നമുക്ക് ഈ രാജ്യത്തെ കൊട്ടാരത്തിൽ തന്നെ കയറി മോഷ്ടിക്കാം."

കാവല്ക്കാരറിയാതെ രണ്ടുപേരും കൊട്ടാരത്തിൽ കടന്നു. കൊട്ടാരത്തിലെ രണ്ടു നായ്ക്കൾ പരസ്പരം നോക്കി മുരണ്ടു. വിരുതൻ ശങ്കരൻ അതുകേട്ട് പുഷ്കരന്റെ കാല്ക്കൽ വീണു നമസ്കരിച്ചുകൊണ്ടു പറഞ്ഞു. "അങ്ങ് രാജാവാണെന്നു മനസ്സിലായി; എന്നെ പരീക്ഷിക്കുകയാണെന്നും."

"നീ എങ്ങനെ അതു മനസ്സിലാക്കി?" ശങ്കരനെ എഴുന്നേല്പിച്ചു കൊണ്ട് രാജാവ് അത്ഭുതത്തോടെ ചോദിച്ചു.

"അങ്ങയുടെ നായ്ക്കളിൽ ഒന്ന് കള്ളൻ വന്നിരിക്കുന്നു എന്ന് മുരണ്ടപ്പോൾ മറ്റേത് പേടിക്കണ്ടടാ, ഒപ്പം നമ്മുടെ രാജാവുമുണ്ട് എന്നു പറയുന്നത് ഞാൻ കേട്ടു."

അത്ഭുതസിദ്ധിയും മനുഷ്യപ്പറ്റുമുള്ള വിരുതൻ ശങ്കരനെ രാജാവ് തന്റെ മന്ത്രിയാക്കി.

കേശുണ്ണിസാറിന്റെ പുസ്പം

കേളൂരിലെ കേശുണ്ണിസാർ സ്ഥലത്തെ പ്രൈമറിസ്കൂളിലെ അദ്ധ്യാപകനാണ്. വേണ്ടത്ര ഉച്ചാരണ ശുദ്ധിയില്ലെന്നതൊഴിച്ചാൽ കേശുണ്ണി സാർ നല്ലൊരു അദ്ധ്യാപകൻ തന്നെയാണ്. ഉച്ചാരണ വൈകല്യം ചിലപ്പോഴൊക്കെ സാറിനെ ചില്ലറക്കുഴപ്പത്തിൽ ചാടിച്ചിട്ടുമുണ്ട്.

എഴുതുന്നത് തെറ്റില്ലാതെയാണെങ്കിലും ഉച്ചരിക്കുമ്പോൾ സാറിന്റെ നാവ് ചില അക്ഷരങ്ങളോട് പൊരുത്തപ്പെടാറില്ല. 'ശ്രദ്ധ, മദ്യം, ആശ്രമം, ആശ്രയം, പുഷ്പം, വിദ്യാർത്ഥി, വികാരം' ഇത്യാദി വാക്കുകൾ സ്രദ്ധ, മധ്യം, ആസ്രമം, ആസ്രയം, പുസ്പം, വിധ്യാർത്ഥി, വിഹാരം എന്നിങ്ങനെയേ സാറിന്റെ നാവിൽനിന്നു വരൂ.

ഒരു ദിവസം അഞ്ചാം ക്ലാസിൽ മഹാകവി വള്ളത്തോളിന്റെ ശ്രീകൃഷ്ണന്റെ കുട്ടിക്കാലം വർണ്ണിക്കുന്ന ഒരു കവിതാഭാഗം പഠിപ്പിക്കേണ്ടിവന്നപ്പോഴാണ്, ഓർക്കാപ്പുറത്ത് സാറിനെ കുഴപ്പത്തിലാക്കിയ ആ 'താര്' വന്നുപെട്ടത്!'

"താമരത്താരിതൾപോലെ
നെടുതായി
തൂമയ്യെഴുതിയ കണ്ണിണയും"

എന്ന വരികളിലെ 'താരി'ന്റെ അർത്ഥം സാർ കുട്ടികൾക്ക് പറഞ്ഞു കൊടുത്തു. താര് = 'പുസ്പം.' എല്ലാ കുട്ടികളെയുംകൊണ്ട് അദ്ദേഹം പറയിച്ചു. "താര് = പുസ്പം."

മുരളി വൈകിട്ട് വീട്ടിൽ ചെന്ന് ഈ പാഠഭാഗം വായിച്ചപ്പോൾ അവന്റെ അച്ഛൻ ചോദിച്ചു: "താര്" എന്ന വാക്കിനെന്താണെടാ അർത്ഥം?" - മുരളി മടിക്കാതെ പറഞ്ഞു. - 'പുസ്പം.' 'എടാ 'പുസ്പ' മല്ല; 'പുഷ്പ'മെന്നാണ് പറയേണ്ടത്. നിന്നോടാരു പറഞ്ഞു 'പുസ്പ'മാണെന്ന്?" - മുരളിയുടെ അച്ഛൻ മകനെ തിരുത്തി.

"സാറിങ്ങനെയാണ് പറഞ്ഞു തന്നത്." മുരളി തന്റെ നിരപരാധിത്വം അറിയിച്ചു.

"അധികപ്രസംഗീ, തെറ്റു പറഞ്ഞതും പോര, അത് സാറു പറഞ്ഞു തന്നതാണെന്നോ?" പെൻഷൻ പറ്റിയ അദ്ധ്യാപകൻ കൂടിയായ കൃഷ്ണപിള്ള മകനെ ശാസിച്ചു. മുരളി അച്ഛനെ അനുസരിച്ചു. അവൻ തിരുത്തി. താര് = പുഷ്പം.

അടുത്ത ദിവസം ക്ലാസിലെത്തിയ മുരളി, കേശുണ്ണിസാർ പഠിപ്പിക്കാൻ തുടങ്ങിയപ്പോൾ അടുത്തിരുന്ന തന്റെ സഹപാഠി രവിയോട് പതുക്കെ ഇങ്ങനെ പറഞ്ഞു:

"എടാ രവി, 'താരി'ന്റെ അർത്ഥം. 'പുസ്പ'മെന്ന് ഇന്നലെ സാർ പറഞ്ഞു തന്നത് തെറ്റാണെന്ന് അച്ഛൻ പറഞ്ഞു. 'പുഷ്പ'മെന്നതാണ് ശരി." രവി ഉടൻ എണീറ്റ് കേശുണ്ണിസാറിനോട് പറഞ്ഞു: "സാർ, ഇവൻ പറയുന്നു 'താരി'ന്റെ അർത്ഥം 'പുസ്പ'മെന്നല്ല. 'പുഷ്പ'മെന്നാണെന്നിവന്റെ അച്ഛൻ പറഞ്ഞെന്ന്!"

കേശുണ്ണിസാർ ഒന്നു ഞെട്ടി. ഒപ്പം ഒരു വിയർക്കലും! എങ്കിലും സാർ ഇങ്ങനെ സമാധാനം പറഞ്ഞു:

"താരിന് പൂവെന്നും പറയാം 'പുസ്പ'മെന്നും പറയാം. പിന്നെ മുരളീടെ അച്ഛൻ പറഞ്ഞതുപോലെയും പറയാം."

www.ingramcontent.com/pod-product-compliance
Lightning Source LLC
LaVergne TN
LVHW060136051026
849517LV00007B/2485
* 9 7 8 9 3 9 0 3 0 1 8 7 4 *